AF758801

ഗ്രീൻ ബുക്സ്

**അനാർക്കലി**

ഡോ. ഷാഫി കെ. മുത്തലിഫ്

1975ൽ തൃശ്ശൂരിൽ ജനനം.
അത്ത: അബ്ദുൾ മുത്തലിഫ്. അമ്മ: റുക്കിയാമ്മ.
വിദ്യാഭ്യാസം: തലോർ ദീപ്തി ഹൈസ്കൂളിലെ
പഠന ശേഷം തൃശ്ശൂർ സെന്റ് തോമസ് കോളേജിൽ നിന്ന്
പ്രീഡിഗ്രി പാസ്സായി. തുടർന്ന് തൃശ്ശൂർ ഗവൺമെന്റ്
മെഡിക്കൽ കോളേജിൽ നിന്ന് എം.ബി.ബി.എസ്. ബിരുദം.
ഇംഗ്ലണ്ടിൽ നിന്ന് സൈക്യാട്രി ട്രെയിനിങ്ങ്.
2006–ൽ MRCPsych (UK) പരീക്ഷ പാസ്സായി.
2010ൽ CCT കഴിഞ്ഞതിനു ശേഷം കൺസൾട്ടന്റായി
ജോലിയിൽ പ്രവേശിച്ചു. ഈറ്റിങ്ങ് ഡിസോർഡേഴ്സ്,
പേഴ്സണാലിറ്റി ഡിസോർഡേഴ്സ് എന്നിവയിൽ
വിദഗ്ധ പരിശീലനം നേടി. 2019ൽ റോയൽ
കോളേജ് ഓഫ് സൈക്യാട്രി ഫെലോഷിപ്പ്
(FRCPsych) നൽകി ആദരിച്ചു.
Email: muthalif.shafy@gmail.com

**ഗ്രീൻ ബുക്സ് പ്രസിദ്ധീകരിച്ച
ഗ്രന്ഥകാരന്റെ ഇതര കൃതി**

സ്വപ്നസഞ്ചാരി (നോവൽ)

നോവൽ

# അനാർക്കലി

ഡോ. ഷാഫി കെ. മുത്തലിഫ്

ഗ്രീൻബുക്സ്

green books private limited
gb building, civil lane road, ayyanthole,
thrissur- 680 003, kerala, ph: +91 487-2381066, 2381039
website: www.greenbooksindia.com
e-mail: info@greenbooksindia.com

*malayalam*
**anarkali**
*novel*
by
dr. shafy k. muthalif

published september 2022


cover design : mansoor cheruppa
illustrations : charudath v chandran

printed in india
manipal technologies ltd

branches:
thrissur 0487-2422515
thiruvananthapuram 0471-2335301
calicut 0495 4854662

isbn : 978-93-91072-76-6

---



₹ 130.00
GBPL/1246/2022

“പ്രണയം തിരഞ്ഞെടുക്കുക.
അതില്ലാതുള്ള ജീവിതം വ്യർത്ഥമാണ്.”

**ജലാലുദ്ദീൻ റൂമി**

## അവതാരിക

ഡോ. പി.കെ. സുകുമാരൻ

പ്രണയദിവ്യമായ വായനാനുഭവം പകരുന്ന സവിശേഷ സൃഷ്ടിയാണ് ഡോ. ഷാഫി എഴുതിയ കവിതാതുല്യമായ അനാർക്കലി എന്ന ഒറ്റവീർപ്പിൽ വായിച്ചുതീർത്ത മധുര മനോഹര കഥാശിൽപ്പം.

വികാരമധുരമായ പ്രതിപാദനത്തിനിടയിൽ പോഷക സമൃദ്ധമായ ജലാലുദ്ദീൻ റൂമിയിടെയും ഹസ്രത്ത് റാബിയ യുടെയും താത്ത്വികമുത്തുകൾ നോവലിലുടനീളം ഉദ്ധരിച്ച് താളത്തിൽ ഇടവിട്ട് വരുന്നു.

''നിങ്ങൾ എവിടെയായിരുന്നാലും നിങ്ങൾ എന്തുതന്നെ ചെയ്തു കൊണ്ടിരുന്നാലും പ്രണയത്തിലായിരിക്കുക.'' ജലാലുദ്ദീൻ റൂമി പറയുന്നു. പ്രണയം എല്ലാതരം മതിലു കളെയും തകർക്കുന്നവയാണ്. അതിനാലാണ് ഫാസിസ്റ്റു കൾ പ്രണയത്തെ ഭയപ്പെടുന്നത്.

മാതളത്തിന്റെ പൂമൊട്ടിനെ 'അനാർക്കലി' എന്ന് പേരിട്ടത് ഹിന്ദുസ്ഥാൻ പരമാധികാരിയായ അക്ബർ തന്നെ യായിരുന്നു. ''ശരത്കാലത്തിലെ മാതളമൊട്ടുപോലെ സുന്ദരിയായ നാദിറാ, നിനക്ക് ഞാനിതാ മറ്റൊരു പേരു നൽകുന്നു. അനാർക്കലി.'' എന്ന അക്ബർ പറഞ്ഞ വാക്കുകൾ പൊള്ളയായിരുന്നു എന്ന് പിന്നീട് നാദിറ വേദനയോടെ മനസ്സിലാക്കി.

അതിന് മുമ്പവൾ നാദിറ എന്ന ഒരു പാവം പെൺ കിടാവ് മാത്രം. അവളുടെ ജീവിതത്തിന് അർത്ഥവും വർണ്ണ പ്രപഞ്ചവും നൽകിയത് പ്രണയത്തിലൂടെ സലിം രാജ കുമാരനായിരുന്നു. അക്ബർ ചക്രവർത്തിയുടെ ഓമന പുത്രൻ. മഹാന്മാരായ മുഗളചക്രവർത്തിമാരിലെ റോമിയോ.

അവളുടെ ശ്വാസനിശ്വാസങ്ങൾ ഒരുവേള സലീമിനോടുള്ള അവളുടെ പ്രണയത്തിന്റെ കഥകൾ ആ ചുമരുകളോട് പറഞ്ഞുകൊണ്ടിരുന്നിരുന്നിരിക്കണം. അവസാനം ചുവരുകൾതന്നെ അവളുടെ അവസാന ശ്വാസമെടുക്കുകയും ചെയ്യുന്നു.

ആൽഫ്രഡ് ലോഡ് ടെന്നിസണ് പറയുന്നത് 'പ്രണയിച്ചതിന് ശേഷം നഷ്ടപ്പെടുന്നത് പ്രണയിക്കാതിരുന്നതിനേക്കാൾ അഭിലഷണീയമാണ്.' നമ്മുടെ ഏകാന്തതയും ഒറ്റപ്പെടലും ഇല്ലാതാകുന്നത് സ്നേഹപ്രണയങ്ങളിലൂടെയാണ്. ചൈനീസ് ചിന്തകനായ ലവോട്സു പറയുന്നത് ''ആരെങ്കിലും നമ്മെ പ്രണയിക്കുന്നത് നമുക്ക് ശക്തി തരുമ്പോൾ ആരെയെങ്കിലും അഗാധമായി പ്രണയിക്കുന്നത് നമുക്ക് ധൈര്യവും തരുന്നു.''

എല്ലാവർക്കും എല്ലാം കാണാൻ കഴിയില്ല. കഴിവുള്ള കണ്ണുകൾക്കും ഉൾക്കാഴ്ചയുള്ളവനും മാത്രം ലഭ്യമാകുന്ന സൗഭാഗ്യമത്രെ അത്. ലോകോത്തരനായ ശിൽപ്പി അനാർക്കലിയോട് പറഞ്ഞു

''നിന്റെ നീലനയനങ്ങളുടെ തിളക്കം പ്രതിമയ്ക്ക് പകരാൻ എനിക്കായിട്ടില്ല. എനിക്കെന്നല്ല ലോകത്തിലൊരു ശിൽപിക്കും അതിനാവുകയുമില്ല. പ്രതിമയുടെ സ്ഥാനത്ത് നാളെ നീ അൽപനേരം നിശ്ചലയായി നിൽക്കണം നാദിറാ.'' നിശ്ശബ്ദകാമുകനായ ശിൽപ്പി അഭ്യർത്ഥിച്ചു.

സലിം എന്ന നിത്യകാമുകന് കൃഷ്ണഭാവങ്ങളായിരുന്നു എന്ന് അക്ബർ മനസ്സിലാക്കി. പ്രേമത്തിന്റെ പുക പിടിച്ച കണ്ണുകളുള്ള ഒരു വിപ്ലവ കാമുകനെ അല്ല. ഇവനെ ഒരു പോരാളിയായ ആണാക്കി ഭാവി ചക്രവർത്തിയാകാൻ പാകത്തിൽ എനിക്ക് തിരികെ തരൂ എന്ന് അക്ബർ പട്ടാള മേധാവിയോട് കൽപ്പിച്ചു.

ജനറൽ മാൻസിങ്ങ് അക്ബറിന് കൊടുത്ത വാക്കനുസരിച്ചു സലിം രാജകുമാരന് കഠിനമായ പട്ടാളപരിശീലനം കൊടുത്തു. അനാർക്കലി ചിന്തിച്ചു, രാപ്പാടികളുടെ ഗാനങ്ങൾ ഉറയുന്ന രാവുകളിൽ ഹൃദയത്തിൽ ഘനീഭവിക്കുന്ന വിങ്ങലിന് മറ്റെന്താണർത്ഥം? തോണിക്കാരുടെ ഗാനം വിരഹാർദ്രമായിരിക്കുന്നത് എന്താണ് എന്ന് അനാർക്കലിക്ക് അനുഭവപ്പെട്ടു. പ്രണയത്തിന്റെ മധുരമായ വേദന എന്തെന്നവൾ അനുഭവിച്ചറിഞ്ഞു. അനുഭവിക്കുന്ന ഈ

വേദനകൾ യഥാർത്ഥത്തിൽ സന്ദേശവാഹകരത്രെ. ''നിങ്ങളുടെ ഹൃദയത്തിന് ഒരു മഹാസമുദ്രത്തിന്റെ വലുപ്പമുണ്ട്. അതിന്റെ മറഞ്ഞിരിക്കുന്ന ആഴങ്ങളിൽ സ്വയം കണ്ടെത്തുക.'' റൂമി ഇടയ്ക്ക് കയറി വന്ന് ആശ്വസിപ്പിക്കുന്നു.

'മറ്റൊരഗ്നിക്കും പ്രണയാഗ്നിയേക്കാൾ ചൂടില്ല.'' ഹസ്രത്ത് സാദി. അനാർക്കലിയുടെ രാജസദസ്സിലെ ആ കവിത ചതിയായി തന്ന മദ്യത്തിന്റെ ഫലമായിരുന്നു. അപകടകരമായ സാഹസികതയെ പുൽകാൻ അപ്പോൾ അവൾക്ക് വളരെ ഇഷ്ടമായി.

''രക്തം വീണ മരുഭൂമികളേയും ആളിക്കത്തുന്ന അഗ്നിയേയും തഴുകാൻ പ്രണയത്തിൽ കുതിരുമ്പോൾ എനിക്ക് ഭയമില്ല'' എന്നവൾ പ്രഖ്യാപിച്ചു. ''സ്നേഹിക്കുന്നതിന് ഭയപ്പെടുന്നതെന്തിന്?'' അവൾ ചോദിച്ചു

''ഓടക്കുഴലിനെ നോക്കൂ, തണ്ടിൽനിന്ന് മുറിച്ചെടുത്തതിന്റേയും ഹൃദയത്തിൽ തുളകളിട്ടതിന്റേയും തീവ്രവേദനയാണത് വിലപിക്കുന്നത്.'' റൂമി.

'പ്രേമിക്കുന്നവർ ഒടുവിലെങ്കിലും ഒന്നിക്കും എന്നു നാം കരുതുന്നു. എന്നാൽ അവർ എല്ലായ്പ്പോഴും പരസ്പരം ഒന്നിച്ചുണ്ടായിരുന്നു എന്നതാണ് വാസ്തവം.'' റൂമിയുടെ ഈ വാക്കുകൾ സന്ദർഭോചിതമായി അവിടെ പ്രകാശം പരത്തുന്നു

''പ്രാണേശ്വരനും പ്രണയിനിക്കും ഇടയിലെ പാലമാണു മരണം.'' ഹസ്രത്ത് റാബിയ ഒരു ലോകസത്യം തുറന്ന് പറയുന്നു.

തെറ്റിദ്ധരിക്കപ്പെട്ട ചക്രവർത്തിയുടെ കല്ലേപ്പിളർക്കുന്ന വിധി ചുവരുകൾക്കുള്ളിൽ ശ്വാസം കിട്ടാതെ മരിക്കാനുള്ളതായിരുന്നു.

''ഉറങ്ങൂ ശാന്തയായി ഉറങ്ങൂ. സലീമിന്റെ അനാർക്കലി മരിച്ചു പോയിരിക്കുന്നു. നീ ഇനി നാദിറാ മാത്രം.''

അന്ത്യശ്വാസം വലിക്കുന്ന അനാർക്കലിയെ രക്ഷിക്കാൻ കുതിരപ്പുറത്ത് പാഞ്ഞെത്തിയവരിൽ സഹോദരി സുരയ്യ, ഹിജഡ ഖാജ, സുദാമൽ, സലിം എന്നിവരുണ്ടായിരുന്നു. തൊട്ടടുത്ത് രാജശിൽപ്പി മരിച്ചു കിടക്കുന്നു. അവസാന സമയത്ത് ദാഹജലം നൽകിയത് ഖാജയായിരുന്നു.

പ്രണയിക്കുന്നതിന് ഭയപ്പെടുന്നതെന്തിന് എന്ന് പ്രഖ്യാപിച്ചുകൊണ്ട് അനാർക്കലി ഈ ലോകത്തോട് വിടപറയുന്നു.

ഹെന്റി വാന് ഡൈക് പറഞ്ഞതുപോലെ കാത്തിരിക്കുന്നവർക്ക് വളരെ സാവധാനമാകുന്നതും ദുഃഖത്തിലായവർക്ക് നീണ്ടുപോകുന്നതും സന്തോഷിക്കുന്നവർക്ക് വളരെ ഹ്രസ്വവുമായ അതേസമയം ദിവ്യമായി പ്രണയിക്കുന്നവർക്ക് ശാശ്വതികത്വം പ്രദാനം ചെയ്യുന്നതുമാണ് പ്രണയം. അതേ, ദിവ്യമായ പ്രണയം, പലപ്പോഴും അന്ധമായ പ്രണയം അപകടകാരിയായേക്കാവുന്ന പ്രണയം, ഊർജ്ജസ്രോതസ്സായ പ്രണയം, സൃഷ്ടുന്മുഖമായ പ്രണയം, പ്രപഞ്ചത്തെ സൃഷ്ടിച്ച് നിലനിറുത്തുന്ന പ്രണയം, പ്രതിബന്ധങ്ങളാൽ മാറ്റുരയ്ക്കപ്പെടുന്നു, മിക്കപ്പോഴും. വിശ്വമഹാകവിയുടെ ആശയമുൾക്കൊണ്ട് മലയാളത്തിന്റ ഭാവസാന്ദ്രതയാർന്ന ജനകീയ കവി ചങ്ങമ്പുഴ പാടിയത് ''ഈടാർന്ന് വായ്ക്കുമനുരാഗനദിക്ക് വിഘ്നം കൂടാതൊഴുകില്ല നൂനം'' എന്നത് സത്യമാണ്. പ്രണയമെന്ന മധുരോദാരമായ വികാരത്തെ പ്രിയം നിറഞ്ഞ ഷാഫി 'അനാർക്കലി' എന്ന നോവലിലൂടെ തന്റേതായ ആകർഷക രീതിയിൽ അനശ്വരമാക്കിയിരിക്കുന്നു എന്ന് പ്രതികരിക്കാനെനിക്ക് മടിയില്ല. അഭിനന്ദനമെന്ന പദമല്ലാതെ വേറൊന്നും പറയാനില്ലാതാക്കിയിരിക്കുന്നു ഇവിടെ നമ്മുടെ നോവലിസ്റ്റ് ഷാഫി.

കലാകാരന്മാർക്കും സാഹിത്യകാരന്മാർക്കും നിത്യപ്രചോദനമാണ് അനാർക്കലിയുടെ പ്രണയദുരന്താനുഭവം. എത്രയോ കലാസാഹിത്യസൃഷ്ടികൾ ഈ മധ്യകാല കഥാതന്തുവിലൂടെ വന്നിരിക്കുന്നു. അവയിൽ സവിശേഷ ശ്രദ്ധയാകർഷിക്കുന്ന ഒന്നാണ് ഡോ. ഷാഫിയുടെ അനാർക്കലി. ഷാഫി കഥാലോകത്തേക്ക് ആത്മവിശ്വാസത്തോടെ പ്രവേശിക്കണം. കൂടുതൽ കൂടുതൽ എഴുതണം. ഹാർദ്ദവമായ അഭിനന്ദനങ്ങൾ.

■

# അനാർക്കലി

CHARUDATH

# തിരനോട്ടം

''നിങ്ങൾ എവിടെയായിരുന്നാലും, നിങ്ങൾ എന്തുതന്നെ ചെയ്തു കൊണ്ടിരുന്നാലും പ്രണയത്തിലായിരിക്കുക.''

- ജലാലുദ്ദീൻ റൂമി.

**മാ**തളം എന്ന വൃക്ഷത്തെപ്പറ്റി കേട്ടിട്ടില്ലേ? അൽപ്പം മധുരവും ചവർപ്പുള്ള കറയും കലർന്ന അതിന്റെ കനി സവിശേഷമാണ്. മാതളത്തിന്റെ പൂമൊട്ടിനെയാണ് 'അനാർക്കലി' എന്ന് പറയുന്നത്.

നാദിറ എന്ന ഒരു പാവം പെൺകിടാവിന് അനാർക്കലി എന്ന പേര് നൽകിയത് മുഗൾ ചക്രവർത്തിയായ സാക്ഷാൽ അക്ബർ ആണ്.

സില്ലേലാഹി അക്ബറിന്റെ അനേകായിരം അടിമപ്പെൺകൊടികളിൽ ഒരാൾ മാത്രമായിരുന്നു നാദിറ. ആഗ്രഹങ്ങൾക്കവകാശമില്ലാത്ത കൊട്ടാരം ഗണികകളിൽ ഒരുവൾ അന്തപ്പുരനർത്തകി!

ആടയാഭരണങ്ങളുടെ വർണ്ണപ്പകിട്ടുകൾക്കപ്പുറം കാലത്തിന്റെ ഒരു വഴിത്തിരിവിൽ വച്ച് അവളുടെ ജീവിതത്തിൽ അർത്ഥവും വർണ്ണപ്രപഞ്ചവും ചാലിച്ചു നൽകിയത് ഒരു രാജകുമാരനായിരുന്നു. സലീം. അക്ബർ ചക്രവർത്തിയുടെ പുത്രൻ.

പിന്നീട് വളരെ വർഷങ്ങൾക്കുശേഷം മൺചുവരുകൾക്കിടയിൽ ജീവനോടെ കുഴിച്ചു മൂടപ്പെട്ട നാദിറ തന്റെ അവസാന നിമിഷങ്ങളെ കാത്തു നിൽക്കുന്നതിനിടെ അവിടെ തങ്ങിനിന്ന അവളുടെ ശ്വാസനിശ്വാസങ്ങൾ ഒരുവേള സലീമിനോടുള്ള അവളുടെ പ്രണയത്തിന്റെ കഥകൾ ആ ചുമരുകളോട് പറഞ്ഞുകൊണ്ടിരുന്നിരിക്കണം.

# നാദിറ എന്ന പ്രതിമ

''മനോഹരവും സൗന്ദര്യം നിറഞ്ഞതും സ്നേഹം ജനിപ്പിക്കുന്നതുമായ എന്തും കാണാനും മനസ്സി ലാക്കാനും എല്ലാവർക്കും കഴിഞ്ഞെന്നു വരില്ല. കഴിവുള്ള കണ്ണുകൾക്കും ഉൾക്കാഴ്ചയുള്ളവനും മാത്രം ലഭ്യമാകുന്ന സൗഭാഗ്യമത്രെ അത്.''

- ജലാലുദ്ദീൻ റൂമി

സംഗീതംകൊണ്ട് മഴ പെയ്യിക്കാൻ കഴിവുള്ള താൻസെനെപ്പോലെ പ്രശസ്തനായിരുന്നു അക്ബർ ചക്രവർത്തിയുടെ സദസ്സിലെ മറ്റൊരു പ്രഗല്ഭനായിരുന്ന രാജശിൽപ്പി. ജീവനില്ലാത്ത വസ്തുക്കളിൽ ജീവന്റെ റൂഹ് നിറയ്ക്കാൻ കഴിയുന്ന ആ പ്രതിഭാശാലി സൃഷ്ടിച്ച ഒരു പ്രതിമയുടെ പരിപൂർണതയ്ക്കായി ആ പ്രതിമയുടെ സ്ഥാനത്ത് തനിക്ക് ഒരിക്കൽ നിൽക്കേണ്ടി വന്ന കാര്യം ഇടയ്ക്കിടെ നദീറ ഓർക്കാറുണ്ട്. അതെ, അന്നായിരുന്നു അവൾ സലീം രാജകുമാരനെ ആദ്യമായി കണ്ടതും.

അതായിരുന്നു അവളുടെ ജീവിതത്തിലെ ഏറ്റവും പ്രധാനമായ വഴിത്തിരിവും.

ജീവൻ തുളുമ്പുന്ന അദ്ഭുത പ്രതിമകൾ നിർമ്മിക്കുന്ന രാജ ശിൽപ്പി ഒരു പ്രതിമയുടെ അവസാനമിനുക്കുപണികളിൽ വ്യാപൃത നായിരിക്കെയാണ് തന്നെ വിളിപ്പിച്ചത്.

''നാദിറാ, നീ കണ്ടോ ഈ പ്രതിമ നാളെ സലീം രാജകുമാരനു മുന്നിൽ അനാവരണം ചെയ്യാനുള്ളതാണ്. എങ്ങനെയിരിക്കുന്നു?''

ഇത്രയും മികച്ച കലാസൃഷ്ടിയെക്കുറിച്ച് അഭിപ്രായപ്പെടാൻ ഞാനാര് എന്ന തന്റെ ചിന്ത മനസ്സിലായെന്നവണ്ണം രാജശിൽപി തുടർന്നു.

''ഇപ്പോൾ ഈ പ്രതിമ അദ്ദേഹത്തിന് സമർപ്പിക്കാൻ മാത്രം വിധം പൂർണമായിട്ടില്ലെന്ന് ഞാൻ കരുതുന്നു. ഈ പ്രതിമ ഇതു

വരെയും ഞാനുണ്ടാക്കിയതിനേക്കാൾ മികച്ചതായിരിക്കണം എന്നാണ് രാജകൽപ്പന. പരിപൂർണത കലയിൽ അസാധ്യമാണ് കുട്ടീ. അത് കൈവരിച്ചാൽ പിന്നെ ശിൽപിയില്ല, ശിൽപമില്ല. നിന്റെ നീല നയനങ്ങളുടെ തിളക്കം പ്രതിമയ്ക്ക് പകരാൻ എനിക്കായിട്ടില്ല. എനിക്കെന്നല്ല ലോകത്തിലൊരു ശിൽപിക്കും അതിനാവുകയുമില്ല. അതിനാൽ രാജകുമാരൻ കാണാനെത്തുന്ന ചടങ്ങിൽ ഈ പ്രതിമയുടെ സ്ഥാനത്ത് നാളെ നീ അൽപനേരം നിശ്ചലയായി നിൽക്കണം നാദിറാ. നിന്റെ കണ്ണഞ്ചിക്കുന്ന മുഖലാവണ്യത്തിൽ മയങ്ങിപ്പോകുന്ന കുമാരന് ഒന്നും കണ്ടുപിടിക്കാനുമാകില്ല. യൗവ്വനത്തുടിപ്പിന്റെ പാരമ്യത്തിൽ നിൽക്കുന്ന സലീം രാജകുമാരന്റെ മനസ്സിനെ പിടിച്ചു നിർത്തുവാൻ നിന്റെ അനർഘസൗന്ദര്യത്തിനേ കഴിയൂ.''

മക്കളില്ലാത്ത ദുഃഖത്തിനറുതി വരുത്താൻ വർഷങ്ങളോളം പുണ്യസ്ഥലങ്ങളിൽ അലഞ്ഞതിനുശേഷം അക്ബർ ചക്രവർത്തിക്ക് സലീം എന്ന പുത്രനുണ്ടായ കഥ പണ്ടേ നാദിറ കേട്ടിട്ടുണ്ട്.

സലീം രാജകുമാരനു മുന്നിൽ പ്രതിമയ്ക്കു പകരമായി നിൽക്കുവാൻ സമ്മതം മൂളാൻ വൈകിച്ചില്ല. കണ്ണുകൾ ശലഭങ്ങളെപോലെ വിറകൊള്ളുന്ന ആ സന്ധ്യയിൽ നാദിറ ആലോചിച്ചു. രാജകുമാരനെ കുട്ടിക്കാലത്ത് കണ്ടതാണ്. എങ്ങനെയിരിക്കും ഇപ്പോൾ ഈ സലീം രാജകുമാരൻ?

## മാൻസിങ്ങും സിംഹക്കുഞ്ഞും

''ഞാൻ എന്തിന് അസന്തുഷ്ടൻ ആകണം? എന്റെ അസ്തിത്വത്തിന്റെ ഓരോ അണുവും സന്തോഷ ത്താൽ തുടിച്ചുകൊണ്ടിരിക്കുന്നു.''

- ജലാലുദ്ദീൻ റൂമി

**ഒ**രു കുറവും ഇല്ലാത്ത ജീവിതത്തിൽ ശൂന്യത നിറച്ച അനപത്യത യിൽ നൊന്ത് പണ്ട് തന്റെ പിതാവ് സൂഫിവര്യനായ സലീംചിഷ്ടി യുടെ ദർഗ്ഗയിൽ എത്തിയ കഥ പറഞ്ഞുതന്നത് അമ്മയാണ്.

''അക്ബർ ചക്രവർത്തിയുടെ ഹിന്ദു പത്നിയായ ജോധാ ഒരു ആൺകുഞ്ഞിന് ജന്മം നൽകും'' എന്ന ആ സൂഫിവര്യന്റെ പ്രവചന ത്തിന്റെ സഫലീകരണമായി സിംഹക്കുഞ്ഞിനെപ്പോലെ ഒരു ആൺ കുട്ടിയെ ജോധയ്ക്കും അക്ബറിനും ലഭിച്ചു എന്ന കഥയും കൊട്ടാര ത്തിലെ അന്തേവാസികളിൽ നിന്ന് കുട്ടിക്കാലത്തേ കേട്ടിട്ടുണ്ട്.

പക്ഷേ, അന്തപ്പുരത്തിലെ സ്ത്രീകളുടെയും ഹിജഡകളുടെയും അടിമകളുടെയും കളിത്തോഴനായി ലാളനയുടെ മടിത്തട്ടിൽ വളർന്ന തന്നിൽ ചെറുപ്പത്തിലേ പ്രകടമായത് അമ്മ പറഞ്ഞുതന്ന കഥകളിലെ നിത്യകാമുകനായ കൃഷ്ണഭാവങ്ങളായിരുന്നു എന്ന് സ്വയം തോന്നി യിട്ടുണ്ട്. പരുക്കനായ അക്ബറിനേക്കാൾ അമ്മയായ ജോധായുടെ മൃദുസ്വഭാവരീതിയായിരുന്നു തനിക്കുണ്ടായിരുന്നത്.

ഒരിക്കൽ പത്തു വയസ്സുള്ളപ്പോൾ അന്തപ്പുരനർത്തകിമാരുടെ നൃത്തം കണ്ട് മയങ്ങി ആരോ ഒഴിച്ചുതന്ന മദ്യചഷകവുമായി നിൽ ക്കുന്ന ബാലനായ തന്നെ കണ്ട് പിതാവ് അരിശപ്പെട്ട് തന്ന ഒരേ യൊരു താഡനത്താൽ താൻ കുഴഞ്ഞു വീണത് ഇപ്പോഴുമോർമ്മ യുണ്ട്.

സിംഹക്കുഞ്ഞല്ല ഒരു മാൻപേടയുടെ കരുത്ത് പോലും അന്ന് തനിക്കുണ്ടായിരുന്നില്ല.

വിശ്വസ്തനായ സേനാധിപനായ മാൻസിങ്ങിന്റെ മുന്നിലേക്ക്

അന്ന് തന്നെ തള്ളിവിട്ടുകൊണ്ട് പിതാവായ അക്ബർ ചക്രവർത്തി പറഞ്ഞു.

''മാൻസിങ്ങ്, എനിക്ക് ദൈവം ഒരു മകനെ തന്നു. പക്ഷേ എനിക്കാവശ്യം ഹിന്ദുസ്ഥാനത്തിന്റെ ചക്രവർത്തിയെ ആയിരുന്നു. പ്രേമത്തിന്റെ പുക പിടിച്ച കണ്ണുകളുള്ള ഒരു വിപ്ലവകാമുകനെ അല്ല. ഇവനെ ഒരു ആണാക്കി എനിക്ക് തിരികെ തരൂ.''

അക്ബറിന് കൊടുത്ത വാക്ക് മാൻസിങ്ങ് പാലിച്ചു.

കുറച്ചു ദിവസങ്ങൾക്ക് മുൻപ് ഈ കൊട്ടാരത്തിൽ തിരിച്ചെത്തുന്നതുവരേക്കും താൻ മാൻസിങ്ങിന്റെ കടുത്ത ശിക്ഷണത്തിൽ ആയിരുന്നുവല്ലോ. വാൾ പരിശീലനമില്ലാത്ത ഒരു ദിനം പോലും തന്റെ ജീവിതത്തിൽ ഉണ്ടായിരുന്നില്ല.

വടുക്കൾ നിറഞ്ഞ ദേഹമാണ് തനിക്ക് ഉള്ളത് എന്നത് രഹസ്യമല്ല. എന്നാൽ ഈ സലീം രാജകുമാരന്റെ മനസ്സിലെ ഉണങ്ങാത്ത പാടുകളെക്കുറിച്ച് അറിയുന്നവരാരുണ്ട്?

പ്രണയചിന്തകൾ നിറയേണ്ട യൗവ്വനകാലത്ത് തന്റെ ശരീരത്തിലും ആയുധത്തിന്റെ തുരുമ്പ് കയറിത്തുടങ്ങിയിരിക്കുന്നുവോ?

പിതാവ് ആഗ്രഹിച്ച വിധം കരുത്തനായി വർഷങ്ങൾക്കു ശേഷം ഇപ്പോൾ അദ്ദേഹത്തിന്റെ മുന്നിൽ വന്നു നിൽക്കവേ അഭിമാനമുണ്ട്. എങ്കിലും താൻ ആഗ്രഹിച്ച ജീവിതം എന്തായിരുന്നുവെന്ന് ഇടയ്ക്കിടെ ഓർത്തെടുക്കാൻ ശ്രമിക്കാറുണ്ട്.

ആഗ്രഹങ്ങളെ കുഴിച്ചുമൂടാൻ വർഷങ്ങൾക്കു മുൻപേ താൻ പഠിച്ചിരുന്നല്ലോ. വാൾമുനയാൽ ശരീരം മുറിപ്പെടുത്തി മനസ്സിനെ കല്ലാക്കി എന്ന് സ്വയം വിശ്വസിപ്പിക്കാനും ശ്രമിച്ചു.

വിജയിച്ചോ?

ഇല്ലെന്നു തോന്നുന്നു.

രാപ്പാടികളുടെ ഗാനങ്ങൾ ഉറയുന്ന രാവുകളിൽ ഹൃദയത്തിൽ ഘനീഭവിക്കുന്ന വിങ്ങലിന് മറ്റെന്താണർത്ഥം?

# ആൾക്കൂട്ടങ്ങളിൽ നർത്തനമാടുമ്പോൾ

> ''അറിയില്ല, ഇത്രമേൽ ഉന്മാദമായി
> ആത്മാവുണർന്നതെന്തേ?
> ചിലപ്പോഴത് ഇളംകാറ്റ്
> സ്രഷ്ടാവിന്റെ മുഖാവരണം
> മെല്ലെ നീക്കിയതു കൊണ്ടാവാം.''
>
> \- ജലാലുദ്ദീൻ റൂമി

**രാ**ജ്യത്ത് തിരിച്ചെത്തുന്ന സലീം രാജകുമാരനെ വരവേൽക്കുന്ന വേളയായതിനാൽ വിശേഷപ്പെട്ട ഒരു പ്രതിമ അനാച്ഛാദനം ചെയ്തു വേണം രാജകുമാരൻ ജനങ്ങൾക്ക് മുൻപിൽ പ്രത്യക്ഷപ്പെടേണ്ട തെന്ന പിതാവിന്റെ തീരുമാനത്തോട് വലിയ താത്പര്യം തോന്നിയില്ല. പക്ഷേ അനുസരിച്ചേ പറ്റൂ. രാജ്യശില്പിയുടെ കരവിരുതിനെപ്പറ്റി കേട്ടപ്പോൾ പ്രതിമയെ കണ്ടാൽ കൊള്ളാമെന്നും തോന്നി.

ഏതെങ്കിലും ചടങ്ങുകൾക്ക് എന്തെങ്കിലും പ്രാധാന്യം ജീവിതത്തിൽ ഉണ്ടെന്നു തോന്നിയിട്ടില്ല. വേണ്ട സമയത്ത് സ്നേഹം പ്രകടിപ്പിക്കാനറിയാത്ത മനുഷ്യരുടെ ചില കൂത്താട്ടങ്ങളാണ് പലപ്പോഴും കൊട്ടാരത്തിലെ ചടങ്ങുകൾ.

ആൾക്കൂട്ടങ്ങളോട് തനിക്ക് വെറുപ്പായിരുന്നു. ഒരേയൊരു ആൾക്കൂട്ടത്തിനോടൊഴിച്ച്. അതെ. കൊല്ലുന്ന ആൾക്കൂട്ടങ്ങൾ.

യുദ്ധങ്ങളിൽ പലപ്പോഴും ഒരു ഉന്മാദനൃത്തത്തിൽ എന്നപോലെയാണ് പങ്കെടുത്തത്. പലപ്പോഴും നൃത്തച്ചുവടുകൾ മറന്നു പോകുന്ന അനുഭവം ഉണ്ടായിട്ടുണ്ടെങ്കിലും. മരണം ഒരിക്കലും പേടിപ്പിച്ചിട്ടില്ല. ജീവിതത്തെ സ്നേഹിക്കാൻ ഒരു കാരണവും ഇല്ലാത്തതുകൊണ്ടായിരിക്കാം.

യുദ്ധക്കളങ്ങളിൽ കൈയിലെ പടവാളിന്റെ നൃത്തതാളത്തിനിടെ ഇടയ്ക്ക് ലഭിക്കുന്ന മരണം മണക്കുന്ന നിമിഷങ്ങളിൽ ഈ

ലോകത്തോട് സവിശേഷമായ ഒരു ബന്ധമുള്ളതായി തോന്നാറുണ്ട്, ചുറ്റും ആടിയുലയുന്ന കബന്ധങ്ങളോടും.

പരിചാരകൻ വന്നറിയിച്ചപ്പോഴാണ് ചിന്തയിൽ നിന്നുണർന്നത്. അതെ, ചടങ്ങ് ആഗതമായിരിക്കുന്നു.

ദൂരെ നിന്നേ കണ്ടു. വൻപുരുഷാരമുണ്ട് വേദിക്കു ചുറ്റും. നടുവിലെ പ്രതിമയെ മറച്ച് നിൽക്കുന്ന തുണിയുടെ ഒരു നേർത്ത ആവരണം മുകളിലെ ഒരു കൊളുത്തിലേക്ക് ഒരു നാട വഴി ബന്ധിപ്പിച്ചിരിക്കുന്നു. ആ നാട താൻ അകലെ നിന്ന് കൃത്യമായി അമ്പെയ്ത് മുറിച്ചിടണം. സലീം രാജകുമാരന്റെ അമ്പെയ്ത്തിന്റെ കൃത്യത കണ്ട് മാലോകർ ആശ്ചര്യപ്പെടട്ടെ എന്ന് ചക്രവർത്തി കരുതിയിരിക്കണം. മാൻസിങ്ങിനും അത് അഭിമാന നിമിഷം ആയിരിക്കാം.

കൃത്യസ്ഥാനത്ത് അമ്പെയ്ത് കൊള്ളിക്കുക എന്നത് തനിക്ക് നിസ്സാര കാര്യമാണ്. എന്തിലെങ്കിലും ഏകാഗ്രത കൈവരിക്കാനുള്ള ഒരവസരം ആനന്ദിപ്പിച്ചിട്ടേയുള്ളൂ. ആർത്തിരമ്പുന്ന ആൾക്കൂട്ടത്തിൽ നിന്നും മനസ്സിനെ മാറ്റി നിർത്തി ഒരൊറ്റ ബിന്ദുവിൽ മാത്രം ശ്രദ്ധ കേന്ദ്രീകരിക്കുമ്പോൾ മനസ്സ് ശാന്തമാകും.

ലക്ഷ്യം മാത്രം മനസ്സിൽ നിറയുന്നത് മാന്ത്രിക തലത്തിലേക്കുയരുന്ന മാനസികാനുഭവമാണ്. പ്രതിമയുടെ മുകളിലുള്ള ചരട് മാത്രം ലക്ഷ്യമിട്ടു. പ്രതിമയെപ്പോലും ശ്രദ്ധിക്കാൻ മുതിർന്നില്ല. പ്രതിമയെ മൂടിയ ഇളംനിറത്തിലുള്ള നേർത്ത ആവരണം കാറ്റത്തുലഞ്ഞത് അപ്രതീക്ഷിതമായിരുന്നു.

ഒരു നിമിഷാർദ്ധത്തിൽ അതിനിടയിലൂടെ കണ്ടു ഇന്ദ്രനീലം പോലെ തിളങ്ങുന്ന രണ്ടു നയനങ്ങൾ! ഒരു തണുത്ത മിന്നൽപ്പിണർ പാഞ്ഞതുപോലെ ഒരു തോന്നൽ. ഇത് ജീവനുള്ള കണ്ണുകളാണല്ലോ? അതോ തന്റെ തോന്നലോ?

ഒരു വിറയലോടുകൂടി വലിച്ചുപിടിച്ച ഞാണിൽ നിന്നും അസ്ത്രം പാഞ്ഞപ്പോൾ സംശയിച്ചു. ഉന്നം തെറ്റിയോ?

# പ്രതിമയും രാജകുമാരനും

“പ്രണയം തിരഞ്ഞെടുക്കുക. അതില്ലാതുള്ള ജീവിതം വ്യർത്ഥമാണ്.”

– ജലാലുദ്ദീൻ റൂമി

ശാന്തമായൊഴുകുന്ന രവി നദി. അൽപ്പം മുൻപ് കേട്ടിരുന്ന ചേക്കേറുന്ന കിളികളുടെ നാദവും മുഴുവനായി തന്നെ നിലച്ചിരിക്കുന്നു. നിലാവിൽ തിളങ്ങുന്ന പുഴയിൽ തോണിക്കാരന്റെ ഗാനം പക്ഷേ അവസാനിച്ചിട്ടില്ല. തോണിക്കാരുടെ ഗാനം വിരഹാർദ്രമായിരിക്കുന്നത് എന്താണ്? ഏകനായിരുന്ന് അകലത്തുള്ളവർക്കു വേണ്ടി മാത്രം ആലപിക്കുന്നതു കൊണ്ടോ, ഗായകനിൽ നിന്നു വേറിട്ടു നിൽക്കുന്ന ജലപ്രതലത്തിന്റെ വിശാല സൗന്ദര്യക്കാഴ്ചയോ, തോണിക്കാരനെ ശ്രദ്ധിക്കാതെയുള്ള നദിയുടെ പ്രയാണത്തിന്റെ അനുസ്യൂതതയോ, വർണ്ണങ്ങൾ മാറി മറിഞ്ഞ് ഇരുളിലേക്ക് നീളുന്ന ആകാശത്തിന്റെ കാഴ്ചയോ? എന്തായിരിക്കും അതിനു കാരണം?

നാദിറ ചിന്തിച്ചുകൊണ്ടേയിരുന്നു.

പ്രതിമയുടെ അനാച്ഛാദന ചടങ്ങിൽ വച്ച് രാജകുമാരന്റെ അമ്പ് തലയുടെ മുകളിലൂടെ പാഞ്ഞ് പോയ നിമിഷം ഇപ്പോഴും ഓർക്കുന്നു. അസ്ത്രത്തിന്റെ ഹുങ്കാരശബ്ദം എന്തുകൊണ്ടോ ഭീതിയല്ല തന്നിൽ ഉണ്ടാക്കിയത്. അമ്പെയ്തയാളെ നോക്കിക്കൊണ്ടിരുന്നത് ആരുടെയെങ്കിലും ശ്രദ്ധയിൽപെട്ടോ ആവോ? ഹിന്ദുസ്ഥാനത്തിന്റെ ഭാവി ചക്രവർത്തിയിൽ എന്തോ ഒരു പ്രത്യേകതയുണ്ട്. അധികാരം വസ്ത്രത്തിലും ചിഹ്നത്തിലും മാത്രമേ ഉള്ളൂ, കണ്ണുകളിൽ ദുഃഖം മാത്രം. എന്താണാവോ ഇത്ര ദുഃഖിക്കാൻ?

എന്തായാലും ഉന്നം പിഴയ്ക്കാത്ത യോദ്ധാവ് തന്നെ.

ഉന്നം പിഴച്ചാൽ തന്റെ തല തന്നെ പോയേനേ! നാദിറ മന്ദഹസിച്ചു. അല്ലെങ്കിലും ചായം തേച്ച മുഖം മാത്രമുള്ള ഈ പാവത്തിന്റെ

തലയ്ക്കെന്തു വില. ചക്രവർത്തിയുടെ അന്തപ്പുരത്തിന് മാറ്റു കൂട്ടുന്ന ചിത്രങ്ങളുടെ മൂല്യംപോലും ഇല്ലാത്ത ജന്മം. ചിത്രങ്ങൾക്കും ശിൽപങ്ങൾക്കും ജരാനരകളുടെ സമയബന്ധിത വാർദ്ധക്യമില്ലല്ലോ.

തനിക്കും ജീവിതാവസാനംവരെ യൗവനമായിരുന്നെങ്കിൽ....

രാജകുമാരന്റെ അസ്ത്രത്താൽ മൂടുപടം അഴിഞ്ഞു വീണപ്പോൾ പ്രതിമയെ മറച്ചുനിന്ന താൻ ആദ്യം കണ്ടത് കാതരമായ ആ മിഴികളായിരുന്നു.

പിന്നെയും ചതി തുടരാൻ തോന്നിയില്ല.

കുനിഞ്ഞു സദസ്സിനെ തൊഴുതപ്പോൾ ഉള്ളിൽ നല്ല ഭയം ഉണ്ടായിരുന്നു. മായാലോകത്തെന്ന പോലെ പ്രതിമയ്ക്കു ജീവൻ വച്ചതു കണ്ടാവാം ചക്രവർത്തിയും രാജകുമാരനുമൊപ്പം അമ്പരക്കുന്നതു കണ്ടു.

ഭാഗ്യം, ദേഷ്യപ്പെട്ടില്ല.

കാണികളുടെ അമ്പരപ്പും അടുത്ത നിമിഷം നിശ്ശബ്ദതയ്ക്ക് വഴിമാറി.

‘‘അവിവേകമാണെങ്കിൽ പൊറുക്കണം പ്രഭോ.’’

ശിൽപിയുടെ ശബ്ദത്തിലും അൽപം ഭീതിയുണ്ടായിരുന്നോ?

അക്ബർ ചക്രവർത്തി പക്ഷേ മന്ദഹസിക്കുകയാണുണ്ടായത്.

‘‘വെണ്ണക്കല്ലിൽ കൊത്തിയ ശിൽപ്പത്തിൽ നിന്നും വെണ്ണ തോല്ക്കുന്ന ഉടലുള്ള സുന്ദരിയെ പ്രത്യക്ഷയാക്കുന്ന രാജശിൽപിയുടെ ഇന്ദ്രജാലം മനോഹരമായിരിക്കുന്നു. നാം കൂടുതൽ സന്തോഷിക്കുന്നത് സലീമിന്റെ മുഖത്തെ തെളിച്ചം കണ്ടാണ്.’’

ചക്രവർത്തിയുടെ മറുപടി കേട്ടപ്പോൾ ആശ്വാസമായി.

ചക്രവർത്തി പിന്നീട് പറഞ്ഞത് കേട്ട് മനസ്സ് മാതളംപോലെ പൂത്തുലഞ്ഞു.

‘‘ശരത്ക്കാലത്തിലെ മാതളമൊട്ടുപോലെ സുന്ദരിയായ നാദിറാ, നിനക്ക് ഞാനിതാ മറ്റൊരു പേരു നൽകുന്നു. അനാർക്കലി!’’

സദസ്സ് ഹർഷാരവത്തോടെ അത് ഏറ്റു പാടി.

‘‘അനാർക്കലി!!’’

ഉയരുന്ന ഹർഷാരവങ്ങൾക്കിടയിൽ വില്ല് താഴെ വയ്ക്കാതെ തന്നെ ഉറ്റുനോക്കുന്ന രാജകുമാരന്റെ മിഴികൾ സുഖകരമായ ഒര സ്വസ്ഥതയായി.

‘‘അപകടകരമായ കളി ആയിരുന്നു നാദിറാ, അമ്പ് നിന്റെ മേൽ ഏറ്റിരുന്നെങ്കിൽ?’’ ചക്രവർത്തി ചോദിച്ചു.

''അറിയില്ല പ്രഭോ. അങ്ങയുടെ വിനീതയായ പരിചാരികയാണ് ഞാൻ. രാജാവിനു വേണ്ടിയാകുമ്പോൾ വരുംവരായ്കകളെപ്പറ്റി ചിന്തിക്കുന്നതിനു തന്നെ പ്രസക്തിയില്ല പ്രഭോ.''

''അനാർക്കലീ, നീ ഇനി മുതൽ എന്റെ രാജ്ഞി ജോധയുടെ തോഴി ആയിരിക്കും.''

ഇതിനിടയിലാണ് സലിം രാജകുമാരൻ ഒരു സ്വപ്നത്തിലെന്ന പോലെ സ്വന്തം കഴുത്തിലെ പവിഴമാല ഊരി തനിക്ക് നൽകിയത്.

ആദ്യം വിശ്വസിക്കാനായില്ല. പിന്നെയത് രണ്ടുകൈ കൊണ്ടും വാങ്ങി കണ്ണോട് ചേർത്തു.

ഒരു വാക്ക് പോലും ഉരിയാടിയാടാതെ തന്നെ മൗനരാഗത്തിന്റെ വിങ്ങലുകൾ ഉള്ളിൽ അപ്പോൾ അനുഭവിച്ചു തുടങ്ങിയിരുന്നു.

## ആപ്പയും അനുജത്തിക്കുട്ടിയും

> ''ഹൃദയത്തിൽ സ്ഥായിയായി ഉള്ള ശാന്തതയെന്ന കിളിയെ ഒരു കാരണവശാലും പറക്കാൻ അനുവദിക്കരുത്. അതിന് സുരക്ഷിതത്വം കൊടുക്കുക.''
>
> - ഹസ്രത്ത് സഹൂറൽ ഹസ്സൻ ശാരിബ്

സുരയ്യയുടെ കുറുമ്പ് കണ്ടിരിക്കുക എന്നതായിരുന്നു നാദിറയുടെ വിനോദം. പൊതുവേ വിരസമായ ജീവിതത്തിൽ മറ്റൊരു സന്തോഷവും അവൾക്ക് കണ്ടെത്താൻ കഴിയാറില്ല.

സുരയ്യ ആരെന്നല്ലേ?

നാദിറയുടെ അതായത് അനാർക്കലിയുടെ സ്വന്തം അനുജത്തിക്കുട്ടി. ചേച്ചിയും അനുജത്തിയും തമ്മിലുള്ള ബന്ധത്തേക്കാൾ പ്രത്യേകതയോടു കൂടിയ ബന്ധം വേറെ എന്തെങ്കിലുമുണ്ടോ?

കൂട്ടുകാരോട് പറയാനാകാത്ത പല ഗുപ്തവിചാരങ്ങളും പറയാതെ തന്നെ മനസ്സിലാക്കാൻ അനിയത്തിക്കും ചേച്ചിക്കും കഴിയും. ഒരേ രക്തത്തിന്റെ ഗുണം. ഏകാകിയായി ഇരിക്കുന്ന നാദിറായുടെ അടുത്തേക്ക് ഓടിയെത്തി സുരയ്യ.

''ആപ്പ, എന്താണ് ആലോചിച്ചുകൊണ്ടിരിക്കുന്നത്.''

''ഒന്നും ഇല്ല.''

''നുണ പറയണ്ട. എനിക്കറിയാം.''

''എന്ത്?''

''അനാർക്കലി എന്ന നാമം കിട്ടിയതിനുശേഷം ഒരു മൗനം.''

''ഏയ്... നിനക്ക് വെറുതെ തോന്നുന്നതാണ്.''

''പക്ഷേ സന്തോഷിക്കുന്നതിന് പകരം ദുഃഖിക്കുന്നതെന്താണെന്നാണ് എനിക്ക് മനസ്സിലാകാത്തത്!''

ഒരു നിമിഷം മൗനത്തിലാണ്ടു അനാർക്കലി.

CHARUDATH

''നിനക്ക് വലുതാവുമ്പോൾ മനസ്സിലാകും.''

''വലുതാകാതെ തന്നെ എനിക്ക് മനസ്സിലായി.''

സുരയ്യ പുഞ്ചിരിയോടെ മൊഴിഞ്ഞു.

''എന്ത് മനസ്സിലായി?''

''ആപ്പയുടെ മൗനത്തിന്റെ രഹസ്യം.''

''പിന്നെ, എന്നാ പിന്നെ മനസ്സിലായത് പറ.''

''ഞാൻ പറഞ്ഞുതന്നെ അത് കേൾക്കണം അല്ലേ?''

നാദിറ അമ്പരപ്പോടെ പുഞ്ചിരിച്ചു.

ഇനി ഇപ്പോ ഇവൾക്ക് മനസ്സിലായോ?

''അല്ല, നീ ഇപ്പോൾ എവിടെ പോയി വരുന്നു?''

വിഷയം മാറ്റാനായി അവൾ ചോദിച്ചു.

''ബറേലിയിൽ നിന്ന് ആപ്പാ. അവിടെ ഒരു വിശിഷ്ട വ്യക്തി ഇന്നു വന്നിരുന്നു. അത് ആപ്പയോട് പറയാനാണ് ഞാൻ ഓടിവന്നത്.''

''ആര്?''

''സലീം രാജകുമാരൻ.''

''ഉവ്വോ?''

വിടർന്ന മിഴികളോടെ നാദിറ ചോദിച്ചു.

''അമ്പോ, കണ്ണൊക്കെ അങ്ങ് വലുതായിപ്പോയല്ലോ''

സുരയ്യ കളിയാക്കി.

''എന്നിട്ട്, നീ ബാക്കി പറ.'' നാദിറായ്ക്ക് ശുണ്ഠി വന്നു.

''എന്നിട്ട് ഒന്നും ഇല്ല. എന്നോട് വർത്തമാനം പറഞ്ഞു.''

''എന്ത് പറഞ്ഞു.''

നാദിറ അസൂയയോടെ ചോദിച്ചു.

''എന്ത് പറയാൻ? എനിക്ക് പേഡ തരുവാണെങ്കിൽ പറയാം.''

''പേഡയൊക്കെ തരാം നീ പറ.''

നാദിറ സുരയ്യയ്ക്ക് ഒരു നുള്ളു വച്ചു കൊടുത്തു.

''ശരി. ചോദിച്ചത് ആപ്പയെക്കുറിച്ച് തന്നെ.''

''പോടീ, നുണച്ചീ.'' അനാർക്കലിയുടെ മുഖം അരുണാർദ്രമായി.

''അയ്യോ, നുണയൊന്നും അല്ല എന്റെ അനാർക്കലി എന്ത് ചെയ്യുന്നൂന്ന് ചോദിച്ചു.''

''എന്നിട്ട്?''

‘‘ഞാൻ പറഞ്ഞു  രാവും പകലും മിണ്ടാതെ, ആകാശം നോക്കി ചന്ദ്രനെ നോക്കി കിനാവ് കണ്ടിരിക്കുന്നൂന്ന്.’’

‘‘അപ്പോ, എന്നിട്ട്?’ പതിഞ്ഞ സ്വരത്തോടെ അനാർക്കലി ചോദിച്ചു.

എന്റെ അസുഖം അനാർക്കലിക്കും കിട്ടി അല്ലേ എന്ന് ചോദിച്ച് അദ്ദേഹം പുഞ്ചിരിച്ചു. എന്നിട്ട് എന്റെ നെറുകയിൽ ഒരു മുത്തം തന്നു.

‘‘എവിടെ?’’ പതിഞ്ഞ ശബ്ദത്തോടെ അനാർക്കലി ചോദിച്ചു.

‘‘സത്യം. ദാ ഇവിടെ.’’

സുരയ്യ നെറുകയിൽ തൊട്ടു കാണിച്ചു കൊടുത്തു. അവിടെ മൃദുവായി തലോടിക്കൊണ്ട് കിനാവ് കണ്ടുകൊണ്ട് നാദിറ ഇരുന്നു.

‘‘എന്താ ആപ്പയ്ക്ക് അവിടെ ഒരു ഉമ്മ വയ്ക്കാൻ തോന്നുന്നുണ്ടോ?’’

മണി കിലുങ്ങുംപോലെ ചിരിച്ചുകൊണ്ട് സുരയ്യ ചോദിച്ചു.

സുരയ്യയെ കെട്ടിപ്പിടിച്ചുകൊണ്ട് നാദിറ അവളുടെ നെറുകയിൽ ഒരു വാത്സല്യചുംബനം നൽകി.

‘‘ഇത് എന്നെ ഉമ്മ വയ്ക്കുന്നതൊന്നും അല്ല എന്ന് എനിക്ക് മനസ്സിലായി.’’

‘‘പിന്നെ ആരെ?’’

‘‘ഒരാളെ.’’

‘‘ആരെ’’

‘‘ഹിന്ദുസ്ഥാനത്തിന്റെ ഭാവി ചക്രവർത്തിയെ.’’

‘‘പിന്നെ, പോടീ അവിടുന്ന്.’’

‘‘ആപ്പ, അങ്ങനെയാണെങ്കിൽ എന്റെ ആപ്പ ഹിന്ദുസ്ഥാനത്തിന്റെ ഭാവി ചക്രവർത്തിനി അല്ലേ?’’

‘‘പോടീ, പൊട്ടിപ്പെണ്ണേ. നിനക്ക് എന്തറിയാം?’’

പതിവുപോലെ ഒളി പരത്തി പതഞ്ഞു പൊങ്ങിയ നിലാവിൽ നോക്കി നാദിറ നിശ്ശബ്ദയായി.

നിലാവിൽ ഒരു മുഖം മാത്രം തെളിയുന്നു.

കിട്ടില്ല എന്ന് ഉറപ്പുള്ളതുകൊണ്ട് ഹൃദയത്തിൽ ഉണ്ടാവുന്ന ഈ വേദനയ്ക്കാണോ പ്രേമം എന്നു പറയുന്നത്. അവൾ ആശ്ചര്യപ്പെട്ടു.

# കളിപ്പാട്ടം നഷ്ടപ്പെട്ട കുട്ടി

''ആയിരമാളുകളിൽ നിന്നു സ്നേഹം ലഭിക്കാൻ ഒരാളുടെ അതൃപ്തി കാരണമാവരുത്.''

- ഹസ്രത്ത് സഹൂറൽ ഹസ്സൻ ശാരിബ്

**കാ**മിനി അസ്വസ്ഥയായി ഉലാത്തിക്കൊണ്ടിരുന്നു.

സലീമിന്റെ പുനരാഗമനത്തിന്റെ ആഘോഷവേളയിൽ എത്താൻ അവൾക്ക് കഴിഞ്ഞിരുന്നില്ല. മരണശയ്യയിലായിരുന്ന അമ്മായിയെ ശുശ്രൂഷിക്കാൻ കൂട്ടിരിക്കേണ്ടി വന്നതിനാലായിരുന്നു അത്.

ആ അവസരം നഷ്ടപ്പെട്ടതിൽ അവൾക്ക് വലിയ നഷ്ടബോധം തോന്നി. നാദിറയെ കാണുന്നതിനു മുൻപേ രാജകുമാരൻ തന്നെയായിരുന്നു കാണേണ്ടിയിരുന്നത്.

മാൻസിങ്ങിന്റെ അരികിലേക്ക് ആയോധനകലകൾ അഭ്യസിക്കാൻ അയയ്ക്കപ്പെടുന്നതിന് മുൻപുള്ള കാലത്തെ സലീമിന്റെ ബാല്യകാല സഖിയായിരുന്നു കാമിനി. സലീമിൽ ചെറുപ്പത്തിലേ കാൽപനിക ഭാവമുണ്ടായിരുന്നത് അവൾ തിരിച്ചറിഞ്ഞിരുന്നു. ഇത്രയും അഴകുള്ള ഒരു രാജകുമാരന്റെ പ്രിയ കളിത്തോഴിയായി, നിഴലായി നടക്കാനായതിൽ അവൾക്ക് അക്കാലത്ത് അഭിമാനവും സന്തോഷവും തോന്നിയിരുന്നു.

പെൺകുട്ടികളായിരുന്നു സലീമിന്റെ ബാല്യകാലത്തെ പ്രധാന കളിക്കൂട്ടുകാർ. ആ കൂട്ടത്തിൽ സലീമിന്റെ സംരക്ഷക കൂടിയായി ചമഞ്ഞ് ഒപ്പമുണ്ടായിരുന്നു കാമിനി. അവനുമേൽ അവൾക്ക് ഒരു അധികാരഭാവം അന്നേ ഉടലെടുത്തിരുന്നു.

വളർന്നു വലുതാകുമ്പോൾ സലീമിന്റെ കൂടെ ചിറകുള്ള വെള്ളക്കുതിരപ്പുറത്തേറി മേഘപാളികളെ കീറിമുറിച്ച് ആകാശത്ത് പറക്കുന്നതും അവൾ സ്വപ്നം കണ്ടു.

ഏഴാം വയസ്സിൽ സലീമിനെ അക്ബർ കൊട്ടാരത്തിൽ നിന്നും യുദ്ധമുഖത്തേക്ക് പറിച്ചെറിയുമ്പോൾ കാമിനിക്ക് നഷ്ടമായത് ഒരു

CHARUDATH

ലോകം തന്നെയായിരുന്നു. പ്രതീക്ഷകളുടേയും കനവുകളുടേയും ലോകം. മൂഷികസ്ത്രീ വീണ്ടും മൂഷികസ്ത്രീ ആയതുപോലെ അവൾ സ്വന്തം യാഥാർത്ഥ്യങ്ങൾ തിരിച്ചറിഞ്ഞു. വെറും നർത്തകി തന്നെ. ദേവദാസികളെപോലെ അന്തപ്പുര കളിപ്പാട്ടത്തിൽ ഒന്ന് മാത്രം. എങ്കിലും ഒരു പ്രതീക്ഷ ബാക്കിയുണ്ടായിരുന്നു. തന്റെ രാജകുമാരൻ യുവാവായി തിരിച്ചെത്തുന്നത് തന്നെക്കുറിച്ചുള്ള പ്രണയാർദ്ര ചിന്തകൾ നിറഞ്ഞ ഹൃദയവുംകൊണ്ടായിരിക്കും. അവന്റെ പ്രണയം നനഞ്ഞ മിഴികൾ തന്നിലേക്ക് നീളും.

പക്ഷേ ആ മിഴികൾ നാദിറയെ ആണ് നോക്കിയത് എന്നറിഞ്ഞപ്പോൾ മുതൽ കാമിനിയുടെ മനസ്സ് പ്രിയപ്പെട്ട പാവക്കുട്ടി മറ്റൊരാളുടേതായി എന്ന തിരിച്ചറിവിൽ ഉറക്കംവിട്ടുണർന്ന കുഞ്ഞിന്റേതുപോലെ കലുഷമായി.

തന്നിൽ ഇല്ലാത്ത എന്താണാവോ സലീം അനാർക്കലിയിൽ കണ്ടത്. കൂടാതെ അനാർക്കലി എന്നൊരു പേരും കൊടുത്തിരിക്കുന്നു ആ നാദിറയ്ക്ക്.

ആൺവർഗ്ഗത്തോടുതന്നെ അവൾക്ക് വെറുപ്പു തോന്നി.

ഇനി എന്തു ചെയ്യും എന്ന ഒരു രൂപവും ഇല്ലാതെ വെറുതെ ജാലകത്തിലൂടെ പുറത്തേക്ക് നോക്കി. അവിചാരിതമായി പെയ്ത മഴയിൽ രവി നദി കലങ്ങിയൊഴുകുന്നു. തീരത്ത് കെട്ടിയിട്ടിരുന്ന ഒരു കുഞ്ഞുതോണി വല്ലാതെ ഇളകിയാടിക്കൊണ്ടിരുന്നു.

# കളിക്കൂട്ടുകാർ

"നിങ്ങൾ അനുഭവിക്കുന്ന ഈ വേദനകൾ യഥാർത്ഥത്തിൽ സന്ദേശവാഹകരത്രെ. ദയ വായി അവയ്ക്ക് ചെവിയോർക്കുക."

– ജലാലുദ്ദീൻ റൂമി

**നാ**ദിറയുടെ കളിക്കൂട്ടുകാരനായിരുന്നു ഖാജ. കുട്ടിക്കാലം തൊട്ടേ അവന് അവളെ വലിയ കാര്യമായിരുന്നു. നാദിറ പൊതുവെ എല്ലാ വരോടും സൗമ്യമായാണ് പെരുമാറിയിരുന്നത്. ഇതുവരെ ഒരാൾക്കും അവളോട് വിരോധം ഉണ്ടായിരുന്നില്ല. പക്ഷേ ഇന്ന് അവളെക്കുറി ച്ചാണ് മഹൽ (അന്തപ്പുരം) അടക്കം പറയുന്നത് എന്നതാണ് ഖാജയെ വ്യസനപ്പെടുത്തിയത്.

ഖാജ ഒരു ഹിജഡ ആയിരുന്നു. ഹിജഡകൾക്ക് മുഗൾഭരണ കാലത്ത്, പ്രത്യേകിച്ച് എല്ലാവരേയും സമന്മാരായി കണ്ടിരുന്ന അക്ബറിന്റെ കാലത്ത് വളരെ പരിഗണന കിട്ടിയിരുന്നു. ഹിജഡകൾ നല്ല ശകുനമായും ഭാഗ്യവാന്മാരായും കരുതപ്പെട്ടിരുന്നു എന്നതു കൊണ്ടും കൂടിയാണ് തനിക്ക് കൊട്ടാരത്തിൽ കഴിയാനാകുന്നത്. അത് യഥാർത്ഥ വിശാല സമത്വത്തിന്റെ പ്രതീകമൊന്നുമല്ലെന്ന് മനസ്സിലാക്കാനുള്ള വിവേകം അവന് ഉണ്ടായിരുന്നു.

ചെറുപ്പത്തിൽ തന്നെ ലിംഗഛേദം ചെയ്യപ്പെട്ടവനായിരുന്നു ഖാജ. അതിനാൽ പുരുഷ ലൈംഗിക വികാരങ്ങൾ അവനന്യമായിരുന്നു. സ്ത്രീകളുടെ ലാവണ്യവും അവനിലില്ലെങ്കിലും വസ്ത്രധാരണത്തിൽ സ്ത്രീകളുടെ രീതിയാണ് ഖാജ സ്വീകരിച്ചത്. ഇത് അക്കാലത്തിലെ പല ഹിജഡകളെയുംപോലെ മഹല്ലിലെ പ്രധാന കാവൽക്കാരനാകാനും അന്തപ്പുരസ്ത്രീകളുടെ മനസ്സാക്ഷി സൂക്ഷിപ്പുകാരനാകാനും അവനെ സഹായിച്ചു. കൃത്രിമമായ സ്ത്രീരൂപം ഉള്ളതിനാൽ അരുതാത്ത അടുപ്പങ്ങൾ മഹല്ലിലെ സ്ത്രീകളുമായി ഇല്ലാതിരിക്കാനും സഹായകമായി.

ഭേദപ്പെട്ട രീതിയിൽ സൈനികാഭ്യാസം നടത്തിയിരുന്ന ഖാജ നല്ല ഒരു പോരാളികൂടി ആയിരുന്നു. എങ്കിലും തന്നെ കാണുമ്പോൾ പലരുടെയും മുഖത്തുണ്ടാകുന്ന അടക്കിപ്പിടിച്ച ചിരി ഖാജയെ വിവശനാക്കിയിരുന്നു. നാദിറയുടെ മുഖത്തുപോലും ഈയിടെ അത് കാണുന്നുണ്ടോ എന്നും ഖാജ സംശയിക്കാതിരുന്നില്ല.

ചിന്തയിൽ മുഴുകി ഇരുന്ന അവൻ നാദിറയുടെ അമ്മ മഹല്ലിന്റെ ഒരു ഓരത്ത് കൂടി കടന്നുവരുന്നത് കണ്ടു. അടുത്തേക്ക് ചെന്നു.

"ബേഗം... അസ്സലാമു അലൈക്കും. ഒരു കാര്യം പറയാനുണ്ടായിരുന്നു." ഖാജ പറഞ്ഞു.

"വ അലൈക്കും സലാം. എന്താണ് ഖാജ?"

"കാര്യമായിട്ടൊന്നും ഇല്ല ബേഗം."

"പറയാനുള്ളത് നമ്മുടെ നാദിറയെക്കുറിച്ചാണ്. അവൾ എപ്പോഴും സ്വപ്നലോകത്താണെന്ന് തോന്നുന്നു. സലീം രാജകുമാരനുമായി ബന്ധപ്പെടുത്തി അവളെപ്പറ്റി മഹല്ലിൽ പെണ്ണുങ്ങൾ അടക്കം പറയുന്നുമുണ്ട്. അല്ലെങ്കിലും അവർക്കെന്താ പറഞ്ഞു കൂടാത്തത്? എങ്കിലും..."

ഖാജ തല ചൊറിഞ്ഞുകൊണ്ട് നിന്നു.

മറയ്ക്കാൻ ശ്രമിച്ച് പരാജയപ്പെട്ട് വിവശതയോടെ നാദിറയുടെ അമ്മ പറഞ്ഞു.

"അതെ ഖാജ. എനിക്കും ഭയമുണ്ട്. ഞാൻ അവളെ ഉപദേശിച്ചിട്ടുണ്ട് പക്ഷേ..."

"അക്ബർ നല്ലവനാണ് ബേഗം. പക്ഷേ സ്വന്തം മകന്റെ കാര്യം വരുമ്പോൾ ആ മഹാമനസ്കത കാണിക്കുമോ? താഴ്ന്നവർ എപ്പോഴും യാഥാർത്ഥ്യബോധത്തോടെ പെരുമാറുന്നതാണ് നല്ലതെന്ന് തോന്നുന്നു."

"എനിക്കും ആ അഭിപ്രായം തന്നെ. പക്ഷേ പ്രേമത്തിലാണ്ട ഒരു പതിനഞ്ചുകാരിയുടെ മനസ്സിൽ യാഥാർത്ഥ്യബോധത്തിനുള്ള സ്ഥാനം വളരെ ചെറുതാണ് ഖാജാ."

"മാത്രമല്ല ബേഗം. എനിക്ക് ആ കാമിനിയിൽ അത്ര വിശ്വാസം പോര. അവൾ അസൂയയുടെ ആഴക്കയങ്ങളിൽ ആണെന്ന് എനിക്കൊരു തോന്നൽ. അസൂയാലുവായ ഒരു പെണ്ണാണ് മറ്റൊരു പെണ്ണിന് ഏറ്റവും അപകടകാരിയായ ശത്രു."

"അതും എനിക്കറിയാം ഖാജാ."

ദീർഘനിശ്വാസം വിട്ട ആ അമ്മയുടെ മനസ്സിൽ നിഷ്കളങ്കയായ മകളുടെ ഭാവിയെക്കുറിച്ചുള്ള ആശങ്കകളുടെ കാർമേഘങ്ങൾ ഉരുണ്ടുകൂടാൻ തുടങ്ങുന്നത് ഖാജ കണ്ടു.

നാദിറയെ ഒന്ന് ഉപദേശിക്കണമെന്ന് ഖാജയ്ക്ക് തോന്നി. പക്ഷേ അവളിപ്പോൾ അഞ്ചു വയസ്സുകാരിയായ കളിക്കൂട്ടുകാരിയല്ല എന്ന് ഖാജയ്ക്ക് അറിയാം. മാത്രമല്ല തന്നെപ്പോലുള്ള ഒരാൾ പറഞ്ഞാൽ അവൾ മുഖവിലയ്ക്കെടുത്തേക്കില്ല എന്നും.

നാദിറയുടെ അമ്മ സ്വന്തം മകളുടെ ഭാവിയെക്കുറിച്ച് ചിന്തിച്ചു. പേർഷ്യയിൽ നിന്ന് അനാഥരായി ഹിന്ദുസ്ഥാനത്തിൽ അഭയം പ്രാപിച്ച അടിമ നർത്തകിയാണ് എന്നവൾക്ക് ബോധ്യമുണ്ടോ?

## സൗഹൃദത്തിന്റെ സുഗന്ധം

"പക്ഷികൾ പാടുന്നതുപോലെ പാടാൻ ഞാൻ ആഗ്രഹിക്കുന്നു, ആരാണ് കേൾക്കുന്നതെന്നോ അവർ എന്താണ് ചിന്തിക്കുന്നതെന്നോ തെല്ലും ആകുലപ്പെടാതെ."

- റൂമി.

**അ**രുണിമ പടരുന്ന വൈകുന്നേരങ്ങളിൽ പുറത്തേക്ക് നോക്കിയിരിക്കുമ്പോഴെല്ലാം ജീവിതവുമായി ഏറ്റവും അടുത്തുവെന്നോ അലിഞ്ഞുവെന്നോ തോന്നലുണ്ടാക്കുന്നതാണ് ആ സായംസന്ധ്യകൾ എന്ന് സലീമിന് തോന്നാറുണ്ട്. മറ്റു സമയങ്ങളിൽ പലപ്പോഴും ഒരു നാടകത്തിലെ അഭിനേതാവാണ് താൻ എന്ന തോന്നലാണ്. ആരോ എഴുതിവച്ച നാടകത്തിലെ വിവിധ കഥാപാത്രങ്ങൾ.

ഒരു മകന്റെ, ഒരു യോദ്ധാവിന്റെ, അടുത്ത രാജ്യാവകാശിയുടെ താനുമായി ഒരു ബന്ധവും ഇല്ലാത്ത ഭാഗങ്ങളാണ് അവയെന്ന് പലപ്പോഴും തോന്നിപ്പോകും.

സലീമിനെ കാണാനായി ബറേലിയിൽ എത്തിയ സുദാമൽ എരിഞ്ഞു താഴ്ന്നിറങ്ങിയ സായാഹ്ന സൂര്യനിൽ കണ്ണുംനട്ട് രവി നദിയിലേക്ക് നോക്കിയിരിക്കുന്ന സലീമിനെയാണ് കണ്ടത്.

സലീമിന്റെ ചെറുപ്പം മുതലേയുള്ള ചങ്ങാതിയായിരുന്നു സുദാമൽ. ചെറുപ്പകാലത്തുള്ള കൂട്ടുകാർക്ക് പരസ്പരം മനസ്സിലാക്കാൻ എളുപ്പമായിരിക്കും. അതുകൊണ്ടുതന്നെ സലീമിന്റെ മൃദുസ്വഭാവം മനസ്സിലാക്കിയവൻ ആയിരുന്നു സുദാമൽ. സലീമിനൊടൊപ്പം ആയുധപരിശീലനത്തിനായി വളരെ ചെറുപ്പത്തിലേ മാൻസിങ്ങിന്റെ കളരിയിലേക്ക് ഒരുമിച്ചിറങ്ങിയവൻ. ഒറ്റപ്പെട്ട രാജകുമാരനെ അടുത്തറിഞ്ഞവൻ.

ഒരു യോഗിവര്യൻ എന്നവണ്ണം പ്രകൃതിയുമായി താദാത്മ്യം പ്രാപിച്ചിരിക്കുന്ന സുഹൃത്തിനെ കണ്ട് സുദാമൽ പതുക്കെ സലീമിന്റെ അടുത്തേക്ക് നടന്നു ചെന്നു.

CHARUDATH

''സലീം, വല്യ ആലോചനയിൽ ആണല്ലോ? നിനക്ക് ഞാൻ ഒരു സമ്മാനം കൊണ്ടുവന്നിട്ടുണ്ട്.''

''ഓ, സുദാമലോ? നിന്റെ സാമീപ്യംതന്നെ എനിക്ക് സമ്മാനമാണ്. ആട്ടെ, എന്ത് സമ്മാനമാണ് ചങ്ങാതീ, കൊണ്ടുവന്നിരിക്കുന്നത്?''

''നിനക്ക് ഏറ്റവും പ്രിയപ്പെട്ടതാണെന്ന് എനിക്കു തോന്നി. കയ്യോടെ കൊണ്ടുവന്നു. എന്താണെന്ന് പറയാമോ?''

''കളിക്കാതെ, നീ തന്നെ പറയൂ സുദാമൽ.''

''നിനക്ക് ഏറ്റവും പ്രിയപ്പെട്ട 'അനാർക്കലി'യെ ഞാനിതാ കൊണ്ടുവന്നിരിക്കുന്നു '

സലീമിന്റെ മുഖം ചുവന്നു. ചുറ്റും നോക്കി.

''എവിടെ?''

''ഹ... ഹ...'' സമാധാനമായിരിക്ക് ചങ്ങാതി. ഇതാ കണ്ടോളൂ.''

പൊട്ടിച്ചിരിച്ചുകൊണ്ട് സുദാമൽ ചുരുട്ടിപ്പിടിച്ചിരുന്ന സ്വന്തം കൈപ്പത്തി തുറന്നു. അതിൽ പതിഞ്ഞിരുന്ന മാതളനാരകത്തിന്റെ (അനാർ) മൊട്ടുകൾ. അക്ഷരാർത്ഥത്തിൽ അനാർക്കലി തന്നെ.

വൈക്ലബ്യം ചിരിക്ക് വഴിമാറവേ വാളൂരി വെട്ടാനെന്നവണ്ണം സലീം സുദാമലിനെ മട്ടുപ്പാവിലൂടെ ഓടിച്ചു.

സുദാമൽ ആ മാതളമൊട്ടുകൾ സലീമിന് നേർക്കെറിഞ്ഞു.

മധുരതരമായ ഒരു ഇളംകാറ്റ് ആ സുഹൃത്തുക്കളെ തഴുകി കടന്നുപോയി.

# അച്ഛനും മകനും

''നിങ്ങളുടെ ഹൃദയത്തിന് ഒരു മഹാസമുദ്ര ത്തിന്റെ വലുപ്പമുണ്ട്. അതിന്റെ മറഞ്ഞിരിക്കുന്ന ആഴങ്ങളിൽ സ്വയം കണ്ടെത്തുക.''

– റൂമി

''**ഷെ**യ്ഖു... എന്റെ ഷെയ്ഖു.''

ജലാലുദ്ദീൻ മുഹമ്മദ് അക്ബർ മനസ്സിൽ ഉരുവിട്ടു. സലീമിന്റെ കുട്ടിക്കാലം തൊട്ടേയുള്ള വിളിപ്പേരായിരുന്നു അത്. ബാബയും അമ്മിയും വിളിച്ചിരുന്ന പേര്. അവരുടെ സ്വന്തം ഷെയ്ഖു.

അവനിതെന്തുപറ്റി? വളരെയധികം ഉദാസീനനും വൈരാഗിയും ആയി മാറിയിരിക്കുന്നു സലീം. എന്തിന് തന്റെ ഷെയ്ഖു തന്നിൽ നിന്നും അകന്ന് പെരുമാറുന്നു? ഒരു പിടിയും കിട്ടുന്നില്ല.

പിതാവ് എന്നുള്ള പദവി ഒരു ഭാരം തന്നെയാണ്. അമ്മയും മകനും എന്നപോലെ എളുപ്പത്തിൽ അടുത്തു പെരുമാറാൻ കഴിയില്ല. വികാരങ്ങൾ പ്രകടിപ്പിക്കുന്നതിൽ പരിമിതികൾ ഉണ്ട്. അല്ലെങ്കിൽതന്നെ അടുപ്പം പ്രകടിപ്പിക്കാൻ അറിയാത്തവനാണല്ലോ താൻ.

ബാബയുടേയും അമ്മിയുടേയും സ്നേഹം യഥാർത്ഥത്തിൽ എന്താണെന്ന് അറിയാതെയാണ് വളർന്നത്. ബാബയായ ഹുമയൂണിന്റെ പൊടുന്നനെയുള്ള മരണം സംഭവിക്കുമ്പോൾ വെറും കുമാരൻ മാത്രമായിരുന്നു താൻ. സൈന്യാധിപനായിരുന്ന ബൈറാം ഖാൻ ആണ് പിതൃഭാവങ്ങൾ പിന്നീട് പ്രകടിപ്പിച്ചത്. പക്ഷേ അതും ആയുധപരിശീലനം യുദ്ധത്തിനായി പഠിപ്പിക്കുന്ന ഒരു പരിരക്ഷകന്റെ ഭാവം മാത്രം ആയിരുന്നു. എഴുത്തും വായനയും പഠിക്കാൻ ആഗ്രഹം തോന്നിയിട്ടും ഒന്നും നടന്നില്ല. എഴുത്തുപകരണങ്ങൾ പിടിക്കേണ്ട പ്രായത്തിൽ പിടിച്ചത് ഉടവാളായിരുന്നു. കൈയ്യിൽ മാത്രമല്ല മനസ്സിലും അൽപ്പം തഴമ്പ് വീണുപോയിരിക്കുന്നു.

അതുകൊണ്ടൊക്കെ ആയിരിക്കാം സ്നേഹിക്കുന്ന ഒരു പിതാവിന്റെ ഭാവങ്ങൾ തനിക്ക് അന്യമായത്.

വളരെ അധികം വർഷങ്ങൾ പുത്രഭാഗ്യമില്ലാതെ കാത്തിരുന്നു കിട്ടിയ അരുമസന്താനമാണ് ഷേയ്ഖു. അവനോട് ഉള്ള വാത്സല്യം അതിരുകൾ ഇല്ലാത്തതാണ്. പക്ഷേ നാളിതുവരെയായി അത് പ്രകടിപ്പിക്കാൻ കഴിഞ്ഞിട്ടില്ല. ചെറുപ്പം മുതലേ ലാളിക്കാനായി അവന്റെ അടുത്ത് ചെല്ലുമ്പോൾ താൻ കപടഗൗരവക്കാരനായി മാറുന്നു. പ്രജകളോട് പൊതുവെ സൗമ്യമായി പെരുമാറാൻ നിഷ്കർഷിക്കുന്ന തനിക്ക് മകന്റെ അടുത്ത് എത്തുമ്പോൾ ഉണ്ടാവുന്ന ഭാവപ്പകർച്ച എന്തെന്ന് എത്ര ആലോചിച്ചിട്ടും പിടികിട്ടിയിട്ടില്ല. മറ്റു പിതാക്കന്മാരും ഇത്തരം ചിന്താക്കുഴപ്പങ്ങൾ അനുഭവിക്കുനുണ്ടാകുമോ? ചക്രവർത്തി ആയതിനാൽ ഇത്തരം കാര്യങ്ങൾ ചർച്ച ചെയ്യാൻ മാത്രം ഉള്ള അടുപ്പവും ആരുമായും ഇല്ല. എല്ലാവരും ഷെഹൻഷായോടുള്ള ബഹുമാനത്തിന്റെ സുരക്ഷിത അകലം പാലിക്കുന്നു. തനിക്കും ഒരു തരത്തിൽ ഈ അകലം പലപ്പോഴും അനുഗ്രഹമായിരുന്നു. സൗമ്യമായ ചിരിക്കുന്ന മുഖഭാവത്തിനടിയിൽ സമൂഹത്തോട് അടുക്കാൻ മടിയുള്ള യഥാർത്ഥ വ്യക്തിത്വത്തെ പലപ്പോഴും താൻ മറച്ചുവച്ചു. പക്ഷേ ചില നേരങ്ങളിൽ എല്ലാം ഉണ്ടായിട്ടും ആരും ഇല്ലാത്തവന്റെ വേദനയും നെഞ്ചിനുള്ളിൽ പൊടിയാറുണ്ട്. ചക്രവർത്തി ഏകാന്തദുഃഖം അനുഭവിക്കുന്നു എന്നു പറഞ്ഞാൽ ജനങ്ങൾ കളിയാക്കി ചിരിക്കും. സത്യത്തിൽ ഭാര്യ ജോധാഭായിയോട് പോലും താൻ പ്രേമത്തോടെ പെരുമാറുമ്പോൾ, അവൾ തിരിച്ച് പ്രേമത്തേക്കാൾ ബഹുമാനമാണ് കാണിക്കുന്നതെന്നു തോന്നാറുണ്ട്.

ഒരു പരുക്കൻ ചക്രവർത്തിയോടുള്ള ബഹുമാനം.

ഹിന്ദുസ്ഥാനത്തിന്റെ പവിത്രത കളങ്കപ്പെടുത്തിയ വിദേശ മേലാളന്മാരുടെ ഒരു പ്രതിനിധി ആയി മാത്രമേ ജോധ തന്നെയും കരുതാറുള്ളൂ എന്നു പലപ്പോഴും തോന്നാറുണ്ട്.

ഒരു മുസ്ലീം ഹിന്ദുസ്ഥാനത്തിന്റെ ചക്രവർത്തിയാലെന്ത്? മുസ്ലീം തന്നെയാണല്ലോ? സ്വന്തം പത്നിക്ക് പോലും വിദേശി തന്നെ.

ഒരു രജപുത്ര കുടുംബത്തിൽ ഹിന്ദുസ്ഥാനത്തിന്റെ മണ്ണിൽ തന്നെയാണ് ഈ ജലാലും പിറന്ന് വീണതെന്ന് അവളോട് പലപ്പോഴും പറഞ്ഞ് ബോധ്യപ്പെടുത്തേണ്ടി വരാറുണ്ട്. ഹിന്ദു സ്ത്രീയെ പട്ടമഹിഷിയായി സ്വീകരിച്ചതും എല്ലാ മതങ്ങളെയും ഹൃദയപൂർവ്വം ഉൾക്കൊണ്ടതും ഹിന്ദു ഭക്തരുടെ തീർത്ഥാടന കരം റദ്ദാക്കിയതും എല്ലാ വിഭാഗക്കാരും പ്രത്യേകിച്ച് ഭൂരിപക്ഷ വിഭാഗമായ ഹിന്ദുക്കൾ തന്നെ സ്വന്തംപോലെ കരുതണം എന്ന ചിന്തയിൽ ആയിരുന്നു.

CHARUDATH

ജൈനന്മാരെപ്പോലെ സസ്യഭുക്കായി മാറാനും താൻ മടി കാണിച്ചില്ല. പക്ഷേ എന്തൊക്കെ ചെയ്താലും തനി ഒരു വിദേശിയായ മുസ്ലീം ആയേ താൻ ഇന്നും എന്നും അംഗീകരിക്കപ്പെടുകയുള്ളൂ എന്ന ഭയം എപ്പോഴും അലട്ടാറുണ്ട്.

എന്തായാലും സലീമിനെ ഒന്നു പരിശോധിക്കാൻ ഹഖീമിനോട് പറയണം. ശരീരത്തിന് അൽപ്പം സുഖചികിത്സ നിർദ്ദേശിക്കാൻ പറയണം. അവന്റെ മനസ്സിന്റെ സുഖചികിത്സയ്ക്ക് ഒരു കൂട്ടുകാരി യേയും വൈകാതെ കണ്ടെത്തണം.

അക്ബർ മന്ദഹസിച്ചു.

തന്റെ ഷെയ്ഖുവിനായി സുന്ദരിയായ ഒരു രാജകുമാരിയെ തന്നെ കണ്ടെത്തണം. പരമ്പരയായി രാജഗുണം ഉള്ളവൾക്കേ അവന്റെ ഉദാസീനത നിയന്ത്രിച്ച് രാജ്യഭരണത്തിൽ ശ്രദ്ധിപ്പിക്കാനാവൂ.

അതൊരു രജപുത്ര രാജകുമാരിതന്നെ ആയിരിക്കുന്നതാണ് അഭികാമ്യം. താൻ തുടങ്ങി വച്ച ഹൈന്ദവ മുസ്ലീം സൗഹൃദത്തിന് അടിത്തറ ഉറപ്പിക്കാൻ അത്തരം ഒരു ബാന്ധവം സഹായിക്കുമെന്ന് അക്ബറിന്റെ മനസ്സ് പറഞ്ഞു.

# രണ്ട് പ്രണയിനികൾ

"പനിനീർപ്പൂവിനൊപ്പമുള്ള മുള്ളിനെക്കൂടി സ്നേഹി ക്കാത്ത രാപ്പാടിക്കു പനിനീർപ്പൂവിനെപറ്റി പാടാൻ അധികാരമില്ല."

- ഹസ്രത്ത് അൻവർ അൽ സുഹേലി

**പാ**ലൊളി പരക്കുന്നതുപോലെ ഒഴുകി പരക്കുന്ന നിലാവിൽ ആകാശത്ത് വളഞ്ഞു കിടക്കുന്ന ചന്ദ്രബിംബം. തൊട്ടടുത്തായി ഒരു കുഞ്ഞുവെൺമേഘപാളി. ഉദ്യാനത്തിലെ ജലധാരകളിൽ ചന്ദ്ര ധാര പ്രതിഫലിക്കുന്നുണ്ട്. രാത്രിവിളക്കുകൾ മിക്കതും കെടുത്തി ക്കഴിഞ്ഞിരിക്കുന്നു. ഇടറിയാടുന്ന ചില ദീപനാളങ്ങൾ മാത്രം നിഴൽ കാഴ്ചകൾ തീർക്കുന്നുണ്ട്.

ആ ഉദ്യാനത്തിൽ ചന്ദ്രനെ നോക്കി ഇരിക്കുകയാണ് അനാർ ക്കലി. എന്തിനാണ് സുരയ്യ തന്നോട് ഇങ്ങോട്ടു വരാൻ പറഞ്ഞതെന്ന് അവൾക്ക് മനസ്സിലായില്ല. കള്ളി. എന്തെങ്കിലും ഉദ്ദേശ്യം കരുതി യിരിക്കും. എന്തായാലും ഈ നിലാവത്ത് ഉദ്യാനത്തിൽ ഇങ്ങനെ ഇരിക്കൽതന്നെ എന്തു രസമാണ്.

പെട്ടെന്ന് ഒരു കാൽപെരുമാറ്റം.

പൂർണ്ണചന്ദ്രനു തുല്യമായ ഒരു മനുഷ്യരൂപം.

സലീം...

അനാർക്കലി അതിശയിച്ചും നാണിച്ചും പോയി.

സുരയ്യ ഭയങ്കരി. അവൾ ഇതിനാണ് എന്നോട് ഇവിടെ കാത്തിരി ക്കാൻ പറഞ്ഞത്. അവൾ സലീമിനോട് എന്തൊക്കെ നാടകം പറഞ്ഞു ഫലിപ്പിച്ചു കാണുമോ എന്തോ?

അനാർക്കലി സലീമിന്റെ മുഖത്തേക്ക് പാളി നോക്കിയപ്പോൾ മുഖത്ത് ഒരു വിവശത പോലെ. നാണമാണോ?

"ആയിരം പടയാളികളെ ഒരുമിച്ചു നേരിടുന്ന വീരന്മാരൊക്കെ ഇങ്ങനെ നാണിക്കാമോ?" അനാർക്കലി മൊഴിഞ്ഞു.

''സ്നേഹിക്കുന്ന പെണ്ണിന്റെ മുൻപിൽ അധീരനാകാത്ത പുരുഷൻ ഉണ്ടോ?''

സലീമിന്റെ മറുമൊഴി ഉടനെ വന്നു.

''അങ്ങനെയൊന്നും പറയരുത്.''

ഉള്ളിൽ പതഞ്ഞു പൊങ്ങുന്ന സന്തോഷം മറച്ചുവച്ചുകൊണ്ട് അനാർക്കലി തുടർന്നു.

''ഞാൻ ഒരു അടിമപ്പെണ്ണാണ്. ആരെങ്കിലും അറിഞ്ഞാൽ അങ്ങേയ്ക്ക് മാനനഷ്ടവും എനിക്ക് ജീവനഷ്ടവും വരുത്താവുന്ന ഒരു ബന്ധമാണ് നമ്മുടേത്.''

''അനാർക്കലീ, ജീവിതത്തിൽ ഏകാന്തത ഞാൻ വളരെയധികം അനുഭവിച്ചിട്ടുണ്ട്. അതൊരു ശീലമായിപ്പോയി. ഞാനൊറ്റയ്ക്കല്ലെന്ന് എനിക്ക് തോന്നിത്തുടങ്ങിയത് നിന്നെ ആദ്യം കണ്ടപ്പോൾ തന്നെയായിരുന്നു. വിവരിക്കാനാകാത്ത ഈ അടുപ്പം മറ്റാരോരോടും തോന്നിയിട്ടില്ല. ഏതെങ്കിലും ഒരു പെൺകുട്ടിയെ പ്രണയിക്കുന്നതിൽ മാനക്കേട് ഉള്ളതായി എനിക്ക് തോന്നുന്നില്ല. അക്ബർ ചക്രവർത്തിയുടെ മകനാണ് ഞാൻ. പടക്കളത്തിൽ ഏകപക്ഷീയമായി കീഴടങ്ങുന്നതു മാത്രമേ ഒരു പോരാളിക്ക് മാനക്കേടാകുന്നുള്ളൂ. നിന്റെ ജീവനഷ്ടത്തിന്റെ കാര്യമാണെങ്കിൽ, പ്രിയപ്പെട്ടവളെ അറിയുക ആദ്യം എന്നെ കൊന്നു കഴിഞ്ഞിട്ടേ ആർക്കെങ്കിലും നിന്നെ എന്തെങ്കിലും ചെയ്യാൻ പറ്റൂ.''

''അങ്ങു പറയുന്നത് കേൾക്കാൻ രസമുണ്ട്. പക്ഷേ...''

സലീം തന്റെ ചാരത്തേക്ക് കൂടുതൽ അടുക്കുന്നത് കണ്ട് അനാർക്കലി നോട്ടം താഴ്ത്തി. വിറയ്ക്കുന്ന കരങ്ങൾ തന്റെ കരങ്ങളെ ചൂടോടെ ഒതുക്കിപ്പിടിച്ചിരിക്കുന്നു. പതുക്കെ വിറകൊള്ളുന്ന ഉടലോടെ അവൾ ആ കണ്ണുകളിലേക്ക് ആവേശത്തോടെ നോക്കി. പ്രണയം അലിയുന്ന ഒരു വികാരമാണെന്ന് ആ മിഴികളിൽ എഴുതിവച്ചിരുന്നു. ആലിംഗനബദ്ധരായി നിൽക്കവേ അവരുടെ മനസ്സിൽ ശാന്തതയായിരുന്നു. ആസക്തിയായിരുന്നില്ല.

വെൺനിലാവിൽ അവരെ തഴുകിക്കൊണ്ട് ഇളം തണുപ്പുള്ള രാത്രി മാരുതൻ തങ്ങളെ വലംവച്ച് പോയത് അവർ അറിഞ്ഞേയില്ല. അനാർക്കലിയും സലീമും പ്രണയബന്ധിതരായിക്കഴിഞ്ഞിരുന്നു. നിലാവിൽ വെൺമേഘങ്ങൾ അലിഞ്ഞുകൊണ്ടിരിക്കവേ രാത്രിപുഷ്പങ്ങളെപോലെ ഉദ്യാനത്തിൽ അവർ വിടരുകയും പൂക്കുകയും ചെയ്തു. ഒരു കാൽപ്പെരുമാറ്റം ആണ് അനാർക്കലിയെ ഉണർത്തിയത്.

സ്ത്രീകൾ പൊതുവെ ജാഗരൂകരത്രെ!

''ആരോ ഇവിടെ ഉണ്ട് എന്ന ഒരു തോന്നൽ.''

''വെറുതെ തോന്നുന്നതാണ്. ഇവിടെ ആരു വരാൻ?''

CHARUDATH

പുരുഷസഹജമായ നിസ്സംഗതയോടെ സലീം പറഞ്ഞു.

''ഇല്ല, ആ ചെടികൾക്കു പിന്നിൽ ആരോ മറഞ്ഞിരുന്നു നമ്മളെ നോക്കുന്നുണ്ട്.''

അനാർക്കലി ആലിംഗനത്തിൽ നിന്നും വിടുതൽ നേടി അവിടേക്ക് നടന്നു. പൊടുന്നനെ ആ മരങ്ങൾക്കിടയിൽ നിന്ന് ആരോ മിന്നായം പോലെ ഓടിമറഞ്ഞു. ഇരുണ്ട വെളിച്ചത്തിൽ ആ രൂപത്തിന്റെ മഞ്ഞ ദുപ്പട്ട അനാർക്കലി കണ്ടു

''കാമിനി?'' മുഖം കണ്ടില്ലെങ്കിലും അവൾക്ക് സംശയം വന്നു.

''സലീം, ഉടനെ തന്നെ ഇവിടെ നിന്ന് പോകൂ. അത് ദിലാറാം ആണോ എന്നൊരു സംശയം.''

''ഞാൻ എന്തിന് ഒരു നർത്തകിയെപ്പേടിച്ച് ഭീരുവിനെപോലെ ഓടിയൊളിക്കണം?''

അങ്ങനെ പറഞ്ഞെങ്കിലും സലീമിന്റെ മനസ്സിലും ആശങ്കയുടെ കാർമേഘം കയറിത്തുടങ്ങിയിരുന്നു.

കാമിനിക്ക് അവനോടുള്ള അടക്കിവച്ച പ്രണയത്തെപ്പറ്റി സലീം അറിഞ്ഞിരുന്നു. നിറവേറാത്ത പ്രണയമുള്ള സുന്ദരി ചവിട്ടേറ്റ അണലിയെപ്പോലെയാണ്. പക അവളുടെ പകരക്കാരിയെ ലക്ഷ്യമാക്കിയായിരിക്കും. അനാർക്കലിയെ.

സലീം ധൃതിയോടെ ഉദ്യാനവാതിൽക്കലേക്ക് നടന്നു. പൊടുന്നനെ ഉദ്യാനവാതിലിന്റെ അടുത്തുള്ള വിളക്കുമാടത്തിനടിയിൽ ആ രൂപം വീണ്ടും പ്രത്യക്ഷപ്പെട്ടു. കാമിനി തന്നെ.

ഗൂഢമന്ദഹാസത്തോടെ ആയിരുന്നു അവൾ ചോദിച്ചത്.

''ഹുസൂർ, കാറ്റുകൊള്ളാൻ വന്നതാണോ?''

''ആണെങ്കിൽ?''

''ഒരു കൊട്ടാരം നർത്തകിയുടെ കരവലയത്തിനുള്ളിൽ ആരോ ഉദ്യാനത്തിൽ നിൽക്കുന്നതുപോലെ എനിക്കു തോന്നി. അതു സാരമില്ല, അങ്ങ് പൊയ്ക്കോളൂ. ഞാൻ തടസ്സം നിൽക്കുന്നില്ല.''

പിന്നിൽ നിൽക്കുന്ന അനാർക്കലിയെ കാമിനി തറപ്പിച്ചു നോക്കുന്നുണ്ടായിരുന്നു.

''കാമിനീ, പൂക്കൾ വിതറേണ്ട പാതയിൽ മുള്ളുകൾ വിതറാനാണ് നിന്റെ ഉദ്ദേശ്യമെങ്കിൽ ഓർമ്മയിരിക്കട്ടെ നിന്റെ പാതകളിൽ കർമഫലമായി നീ നേരിടേണ്ടി വരുന്നതിനെപ്പറ്റി.'' സലീം പറഞ്ഞു.

''ഹുസൂർ, അങ്ങ് വേണ്ടാത്തത് ആലോചിച്ച് തല പുണ്ണാക്കരുത് എന്നാണെന്റെ അഭിപ്രായം. പോയി വിശ്രമിക്കൂ.''

നിർവ്വചിക്കാനാകാത്ത വികാരത്തോടെ കാമിനി മൊഴിഞ്ഞു.

# സാക്ഷ്യത്തിന്റെ തിരശ്ശീല

''ഒരു പ്രേമിയുടെ ഹൃദയം ചൂളപോലെയാണ്. അതിലെന്തുകൊണ്ടിട്ടാലും കത്തും. മറ്റൊരഗ്നിക്കും പ്രണയാഗ്നിയേക്കാൾ ചൂടില്ല.''

- ഹസ്രത്ത് സാദി

**കാ**മിനി അപകടകാരിയാണ് എന്ന ചിന്ത അലട്ടിക്കൊണ്ടിരുന്നതിനാൽ ദുസ്സ്വപ്നങ്ങളുടെ ഘോഷയാത്രയായിരുന്നു സലീമിന് ആ രാത്രി.

സ്വപ്നത്തിൽ കണ്ട, ആനകളെ കൊണ്ട് വധിക്കപ്പെടുന്ന, ആ പെൺകുട്ടിയുടെ ദയനീയ മുഖം. അത് അവളുടേതായിരുന്നു. അനാർക്കലിയുടെ.

അസ്വസ്ഥതയോടെ എഴുന്നേറ്റു. തിരശ്ശീല വകഞ്ഞുമാറ്റിയ വിടവിലൂടെ ഇരുട്ടിലേക്ക് നോക്കി ഇരുന്നു. നിറയെ തളിരിട്ടു നിന്നിരുന്ന മാതളം ഇരുട്ടിൽ ഇപ്പോൾ കാണാനില്ല. ദൂരെ കാവൽക്കാരുടെ കൂടാരത്തിൽ നിന്നും ചെറിയ വെളിച്ചം മാത്രം. ലോകം മുഴുൻ നിദ്രയിൽ അമർന്ന് ഉറങ്ങുന്നു. ചീവിടുകളുടെ ശബ്ദം തന്റെ കാതുകളിൽ അസ്വാരസ്യം ഉണ്ടാക്കുന്നതായി തോന്നിയപ്പോൾ തിരിഞ്ഞ് പട്ടുമെത്തയിലേക്ക് മടങ്ങി.

പിറ്റേന്ന് രാവിലെ പതിഞ്ഞ ഒരു തലവേദനയോടെയാണ് എഴുന്നേറ്റത്. എന്തൊക്കെയോ മനസ്സിലായപോലെ സുദാമൽ പുലർച്ചെ തന്നെ എത്തി കാത്തിരിപ്പുണ്ട്. സുരയ്യയുടെ പണി ആയിരിക്കണം.

എന്തും പറയാൻ അടുപ്പമുള്ള സുദാമലിനോട് മുഴുവൻ കാര്യങ്ങളും അവതരിപ്പിച്ചു.

''കാമിനി അപകടകാരിയാണ്.'' അവന്റെ ആദ്യപ്രതികരണം അതായിരുന്നു.

''ഞാൻ ഭീഷണിപ്പെടുത്തിയതുകൊണ്ടാണോ എന്നറിയില്ല. കാമിനി ഇതുവരെ ആരോടും ഒന്നും പറഞ്ഞതായി തോന്നുന്നില്ല.''

''അതൊക്കെ വെറും ഭാഗ്യമായി കൂട്ടിയാൽ മതി.''

''രാജകുമാരനായിട്ടും ഞാൻ ആവശ്യമില്ലാതെ അവളെപ്പോലെ ഒരാളെ ഇത്രമാത്രം പേടിക്കുന്നത് എന്തിനാണെന്നാണ് ഞാൻ അത്ഭുതപ്പെടുന്നത്.''

''ആവശ്യമില്ലാതെ എന്നു പറയുന്നത് ശരിയല്ല സലീം. നിന്റെ പക്വമായ മനസ്സാണ് അവളെ ഭയക്കുന്നത്. അതു വേണ്ടതാണുതാനും. നാദിറയ്ക്ക് മരണശിക്ഷ ലഭിക്കുമെന്ന ഭയം മാത്രമല്ലല്ലോ സലീം, ഭാവിചക്രവർത്തിയിൽ നിന്ന് അന്തസ്സിന് നിരക്കാത്ത പെരുമാറ്റം പ്രതീക്ഷിക്കാത്ത നമ്മുടെ പ്രജകളെയും നിനക്ക് ഭയക്കേണ്ടതുണ്ട്.''

''അതൊക്കെ ശരി. ഇനി എന്തു ചെയ്യണമെന്ന് നീ തന്നെ പറഞ്ഞു തരൂ.''

''എന്റെ മനസ്സിലൊരു ആശയമുണ്ട്. കാമിനിയെ ആളയച്ച് വരുത്തൂ സലീം.''

രജപുത്രരീതിയിൽ കാമിനി തയ്യാറാക്കുന്ന മധുരമുള്ള പാൻ വിശേഷപ്പെട്ടതാണല്ലോ. അതു തയ്യാറാക്കി കൊണ്ടുവരാൻ പറഞ്ഞാൽ മറ്റുള്ളവർക്ക് സംശയം തോന്നുകയുമില്ല.''

''എങ്കിൽ അങ്ങനെയാകട്ടെ സുദാമൽ.''

കാമിനിക്ക് ആളയച്ചു. ദിലാറാം എത്തുമ്പോൾ ദൃഷ്ടിയിൽ പെടാതിരിക്കാനായി സുദാമൽ തിരശ്ശീലയുടെ പിന്നിൽ മറഞ്ഞിരുന്നു.

ഒട്ടും താമസിയാതെ ഒരു താലത്തിൽ വെറ്റിലയും പുകയിലയും സുഗന്ധക്കൂട്ടുകളുമായി കാമിനി എത്തിയപ്പോൾ ഒരു പ്രസന്നത അവളുടെ മുഖത്ത് പ്രതിഫലിച്ചിരുന്നു.

''അങ്ങ് പാൻ ഇഷ്ടമുള്ള ആളല്ലെന്ന് എനിക്കറിയാം.'' ഗൂഢസ്മിതത്തോടെ അവൾ പറഞ്ഞു.

''നിന്നെ വിളിപ്പിച്ചതെന്തിനെന്ന് നിനക്ക് മനസ്സിലായിക്കാണുമല്ലോ കാമിനി?''

''എനിക്ക് ഊഹിക്കാനേ കഴിയൂ.''

''ഊഹം ശരി തന്നെ. എന്നെയും അനാർക്കലിയെയും ഒരുമിച്ചു കണ്ടത് നീ മാലോകരെ മുഴുവൻ അറിയിക്കരുത്.''

''എന്തേ, വിശുദ്ധപ്രണയത്തിന്റെ നട്ടെല്ല് നഷ്ടപ്പെട്ടോ ഹുസൂർ?''

സലീമിന്റെ മുഖം ചുവന്നു.

കാമിനി തുടർന്നു.

CHARUDATH

''ശരി, പുറത്ത് പറയാതിരിക്കുന്നതിന് ഈ ദാസിപ്പെണ്ണിന് എന്ത് സമ്മാനം ലഭിക്കും?''

''നീ ചോദിക്കുന്നതെന്തും തരാം.''

''ഹിന്ദുസ്ഥാനത്തിന്റെ ഭാവി ഷഹൻഷായോട് ഞാൻ ചോദിക്കാനുദ്ദേശിക്കുന്നത് വളരെ വിലയേറിയതാണ്? അവസാനം ഞാൻ ഒരു അത്യാഗ്രഹിയാണെന്ന് പറയരുത്.''

''എന്തു വേണമെങ്കിലും ചോദിക്കൂ.''

''എനിക്ക് വേണ്ടത് ഞാൻ ബാല്യം മുതൽ മനസ്സിൽ സൂക്ഷിച്ച ഒരു മുഖത്തിന്റെ ഉടമയെയാണ്. എന്റെ ചിന്തകൾക്കൊപ്പം വളർന്ന എന്റെ കാമുകനെ. എന്റെ നൃത്തച്ചുവടുകൾ അവന് കാണാനുള്ളതും ഗീതങ്ങൾ അവന് കേൾക്കാനും മാത്രമായിരുന്നു. ഇന്നും ജീവിക്കുന്നതും അവനു വേണ്ടി തന്നെ.''

''ആരെക്കുറിച്ചാണ് കാമിനി നീ പറയുന്നത്?'' അൽപ്പം വിളറിയ മുഖത്തോടെ സലീം ചോദിച്ചു.

മറുപടിയായി കാമിനി അവന്റെ കണ്ണുകളിലേക്ക് നോക്കി. ആത്മാവിന്റെ ആഴങ്ങളിലേക്ക് തഴുകി കൊണ്ടുപോകുന്ന നോട്ടം. പൊള്ളലോടെ അവളുടെ കാമുകൻ താനാണെന്ന് സലീം തിരിച്ചറിഞ്ഞു. കാമിനിയുടെ കണ്ണുകളിൽ പ്രണയത്തിന്റെ സത്യസന്ധത നിറഞ്ഞിരുന്നു. ഇത്രയും കാലം തന്റെ ശ്രദ്ധയിൽ പെട്ടില്ലല്ലോ എന്ന് സലീം ഓർത്തു.

ബാലികയായിരുന്ന, പിന്നീട് കുമാരിയായിരുന്ന കാമിനിയുടെ മുഖം ഓർമയുണ്ട്. തരളാർദ്രമായ മിഴികളുമായി പല തവണ അവൾ തനിക്ക് പുഷ്പങ്ങൾ കൈ മാറിയതും താൻ നിസ്സംഗതയോടെ അവഗണിച്ചതും മറ്റും.

'''ഞാൻ എന്തു ചെയ്യണമെന്നാണ് നീ പറയുന്നത്?'' അവൻ ശാന്തതയോടെ തുടർന്നു ചോദിച്ചു.

''എന്നെ പ്രണയിക്കണം. അതുതന്നെ, ഇതിൽ കൂടുതൽ വ്യക്തമായി പറയാൻ ഒരു പെണ്ണിനെയും നിർബന്ധിക്കരുത്.''

''ഞാൻ അനാർക്കലിയെ പ്രേമിക്കുന്നു എന്നത് നിനക്ക് അറിയാവുന്ന കാര്യമാണല്ലോ? എനിക്കെങ്ങനെ ഒരേസമയം രണ്ടുപേരെ പ്രണയിക്കാൻ കഴിയും?''

''അങ്ങനെ ഞാൻ പറഞ്ഞില്ലല്ലോ? അങ്ങ് എന്നെ മാത്രം പ്രണയിച്ചാൽ മതി. കാരണം ഞാൻ മാത്രമാണ് അതിന് അർഹതയുള്ളവൾ. വർഷങ്ങളായി എന്റെ മനസ്സിൽ അങ്ങ് മാത്രമാണ് ഉള്ളത്.

ദിവസങ്ങൾക്ക് മുൻപ് മാത്രമേ അനാർക്കലി അങ്ങയുടെ ജീവിത ത്തിലേക്ക് വന്നിട്ടുള്ളൂ.''

ഒരു കൊച്ചു കുഞ്ഞിനെപ്പോലെ കാമിനി വാശി പിടിക്കുന്നതായി സലീമിനു തോന്നി.

സലീം മന്ദഹാസത്തോടെ പറഞ്ഞു.

''പക്ഷേ, അതെങ്ങനെ ശരിയാകും എന്ന് നീ തന്നെ ആലോചിക്കൂ. ഞാൻ അനാർക്കലിയെ മാത്രമേ പ്രണയിക്കുന്നുള്ളൂ.''

''അങ്ങ് മനസ്സു വച്ചാൽ ശരിയാക്കാവുന്ന പ്രശ്നം മാത്രമാണിത്. അങ്ങേയ്ക്ക് അവളോട് തോന്നുന്ന വികാരം പ്രണയമല്ല. ഒരു ഞൊടി യിടയിൽ സംഭവിച്ച ആകർഷണമാണ്. പ്രേമം എന്നത് ആഴത്തി ലുള്ള ഒരു വികാരമാണ്. എനിക്ക് അങ്ങയോടുള്ള വികാരത്തിനാണ് പ്രേമം എന്നറിയപ്പെടാൻ അർഹതയുള്ളത്.''

''പ്രണയം ഹൃദയങ്ങൾ തമ്മിലുള്ള മൗനസംവാദമാണ്. നീ വിചാരിക്കുന്നപോലെ വർഷങ്ങളുടെ കഠിന തപസ്യയ്ക്കായുള്ള സമ്മാനമല്ല.''

''ഞാൻ അനാർക്കലിയേക്കാൾ സൗന്ദര്യമുള്ളവളും കഴിവുള്ള വളുമാണ്. എന്തുകൊണ്ട് അവളെ തിരഞ്ഞെടുത്തുവെന്ന് എനിക്ക് മനസ്സിലാക്കാനേ കഴിയുന്നില്ല.''

''നിന്നെ എനിക്ക് പ്രേമിക്കാൻ കഴിയില്ല എന്നു മാത്രമേ എനിക്കു പറയാൻ കഴിയൂ.''

''എങ്കിൽ ഇത് ലോകം അറിയില്ല എന്ന ഉറപ്പ് തരാൻ എനിക്ക് കഴിയില്ല.''

''ശരി, നീ ഞാനുമായി പ്രണയത്തിലാണെന്നും അത് ഞാൻ സമ്മതിക്കാത്തതുകൊണ്ട് നീ ഉണ്ടാക്കിയ കള്ളക്കഥയാണ് അനാർ ക്കലിയുമായുള്ള പ്രണയകഥ എന്നു ഞാൻ പറഞ്ഞാൽ?''

''നാം ഇപ്പോൾ നടത്തിയ സംഭാക്ഷണങ്ങൾക്ക് സാക്ഷികളില്ല. അതിനാൽ ആരുംതന്നെ അത് വിശ്വസിക്കില്ല.''

''അങ്ങനെ ഉറപ്പിച്ചു പറയാൻ വരട്ടെ. സംസാരിക്കുന്ന തിരശ്ശീല കളെക്കുറിച്ച് നീ കേട്ടിട്ടില്ലേ?''

പുരുഷ ശബ്ദത്തിൽ സംസാരിക്കാൻ തുടങ്ങിയ ഒരു വശത്തുള്ള തിരശ്ശീലയിലേക്ക് അദ്ഭുതസ്തബ്ധയായി കാമിനി നോക്കി നിന്നു.

സംസാരിക്കുന്ന തിരശ്ശീല എന്ന അദ്ഭുതം അധിക നേരം നീണ്ടു നിന്നില്ല. തിരശ്ശീലയെ വാളുകൊണ്ടു മാറ്റി സുദാമൽ ഇറങ്ങി വന്നു.

അവൻ അവിടെ ഒളിച്ചിരിപ്പുണ്ട് എന്ന കാര്യം സലീം പോലും മറന്നു പോയിരുന്നു.

''ഇനി രക്ഷയില്ല സോദരീ.'' സുദാമൽ ദിലറാമിനെ നോക്കി പതുക്കെ പറഞ്ഞു.

''നിന്റെ പദ്ധതികൾ ഇതാ പൊളിഞ്ഞിരിക്കുന്നു. നീ സലീമിനെ പ്രേമിക്കുന്നു എന്നു പറഞ്ഞതിനും പ്രണയത്തിനായി വാശി പിടിച്ച തിനും ഞാൻ സാക്ഷിയാണ്. ഞാൻ സത്യമേ പറയൂ എന്നത് എല്ലാർക്കും അറിവുള്ളതുമാണ്.''

ഇതികർത്തവ്യാമൂഢയായി കാമിനി തിരിച്ചുപോയി.

വിധിയുടെ വിളയാട്ടംപോലെ രണ്ട് സ്ത്രീകൾക്കിടയിലെ ഒരു കളിപ്പാട്ടമായി താൻ മാറിയിരിക്കുന്നതായി സലീമിന് തോന്നി.

# അനിയത്തിയുടെ ആശ്വാസിപ്പിക്കൽ

> ''രണ്ടു ജീവശ്ശക്തികളായ സ്നേഹവും താൽപ്പര്യവും ഒരാളിൽ നിറവായി ഉണ്ടെങ്കിൽ ആ വ്യക്തിക്ക് വിധിയെ മാറ്റാൻ കഴിയും.''
>
> - ഹസ്രത്ത് സഹൂറുൽ ഹസ്സൻ ശാരിബ്

**ഭീ**തിയുടെ നിമിഷങ്ങളിലൂടെയാണ് അനാർക്കലി അപ്പോൾ കടന്നുപോയിക്കൊണ്ടിരുന്നത്. തന്റെ പ്രണയരഹസ്യം എല്ലാവരും അറിഞ്ഞതായും കൊട്ടാരം തന്നെക്കുറിച്ച് പലതും അടക്കിപ്പറഞ്ഞ് ചിരിക്കുന്നതായും അവൾ വിചാരിച്ചുകൊണ്ടിരുന്നു. അഴിഞ്ഞുലഞ്ഞ മുടിയും വിഷാദം തളംകെട്ടി നിൽക്കുന്ന കണ്ണുകളുമായുള്ള അവളുടെ ഇരിപ്പ് കണ്ടപ്പോൾ അവളുടെ അമ്മയ്ക്ക് സഹിച്ചില്ല.

''നാദിറാ, നിനക്ക് ഇതെന്തുപറ്റി?''

''അമ്മയും എല്ലാം അറിഞ്ഞുകഴിഞ്ഞു അല്ലേ?''

''എന്തറിഞ്ഞു എന്നാണ് നീ പറയുന്നത്? നിനക്ക് വയ്യ എന്നല്ലാതെ ഞാൻ ഒന്നുംതന്നെ മനസ്സിലാക്കിയിട്ടില്ല.''

''അവൾ വല്ലാതെ ഭയന്നിരിക്കുന്നു എന്നു തോന്നുന്നു അമ്മേ.'' ഇതെല്ലാം കണ്ടും കേട്ടും ഇരുന്നിരുന്ന അനിയത്തിക്കുട്ടി സുരയ്യ പറഞ്ഞു

''കാമിനി സലീമിനേയും അനാർക്കലിയേയും ഒരുമിച്ചു കണ്ടത് എല്ലാവരോടും പറഞ്ഞു കൊടുക്കും എന്നു പറഞ്ഞ് ഇവരെ പേടിപ്പിച്ചു വച്ചിരിക്കുകയാണ്. ഇവളെ ഭയപ്പെടുത്തുന്നതിൽ ദിലാറാം വിജയിച്ചിരിക്കുന്നു.'' സുരയ്യ പറഞ്ഞു.

പ്രായത്തിൽ ചെറുതെങ്കിലും വിവേകത്തിൽ വലുതായിരുന്നു സുരയ്യയുടെ മനം. അവൾ ചേച്ചിയെ ആശ്വാസിപ്പിച്ചു.

''നീ വിഷമിക്കേണ്ട, ഞാൻ സുദാമലിനെ കണ്ടിരുന്നു. അവൻ ശരിക്കും കാമിനിയെ പൂട്ടിയിട്ടുണ്ട്.''

"എങ്ങനെ?"

അനാർക്കലിയുടെ മിഴികൾ പൂക്കളെപ്പോലെ വിടർന്നു.

"നിനക്കറിയാമോ? അവളെപ്പറ്റി ഒരു വലിയ രഹസ്യം സുദാമൽ കേട്ടുവെന്നറിയാതെ അവൾ സലീമിനോട് പറഞ്ഞു."

"എന്താണത്?"

"അതായത് അവൾക്കും സലീമിനോട് പ്രണയമാണ് എന്നത്. അവൾ മനസ്സിൽ ഒതുക്കിക്കൊണ്ടു നടന്നിരുന്ന വിങ്ങൽപോലെ ഒരു പ്രണയം. നിങ്ങളെ ഒരുമിച്ചു കണ്ടപ്പോൾ അതിനാൽ അവൾക്ക് സഹിച്ചില്ല. അതിന്റെ അസൂയയാണ് അവൾ കാണിച്ചുകൊണ്ടിരിക്കുന്നത്."

"അതെയോ?"

"അവൾ നിങ്ങളെ കണ്ടത് പുറത്ത് പറയുകയാണെങ്കിൽ അവളുടെ രഹസ്യവും പുറത്തറിയിക്കുമെന്നും സുദാമൽ അതിന് സാക്ഷിയാണെന്നും പറഞ്ഞപ്പോൾ അവൾ ശരിക്കും ഒതുങ്ങി."

അനാർക്കലിയുടെ മുഖത്തു നിന്ന് ഭീതിയുടെ കാർമേഘങ്ങൾ പതിയെ ഒഴിഞ്ഞുപോയിക്കൊണ്ടിരുന്നു.

"ഇനിയെങ്കിലും നീ ഒന്നു ചിരിക്കൂ."

സുരയ്യ ദീദിയെ കെട്ടിപ്പിടിച്ചു. ആ സഹോദരിമാർ തമ്മിലുള്ള ബന്ധം തെളിനീർപോലെ ശുദ്ധവും നിഷ്കളങ്കവും ആയിരുന്നു.

**കാ**മിനി തന്നെ കാണാനെത്തുമെന്ന് അനാർക്കലി കരുതിയതേയില്ല. ആകസ്മികമായാണ് അവൾ കയറി വന്നത്. പെട്ടെന്ന് അവൾ വന്ന കാര്യത്തിലേക്ക് കടന്നു.

"നാദിറാ, സുരയ്യ പറഞ്ഞ് നീ അറിഞ്ഞിരിക്കും, സലീമിനെ ഞാനും പ്രണയിക്കുന്നു എന്നത്."

"ഉവ്വ്."

"നിനക്കറിയാമോ, കാലങ്ങളായുള്ള നിശ്ശബ്ദ അനുരാഗമാണ് എന്റേത്. അവന്റെ പുറകെ അവൻ അറിയാതെ പലപ്പോഴും രാവെന്നോ പകലെന്നോ ഇല്ലാതെ മയങ്ങി നടക്കുന്ന ഒരു പതിവ് എനിക്കുണ്ട്. എന്റെ ഒരു സ്വകാര്യ വിനോദം. അങ്ങനെയാണ് അന്നു രാത്രി ഉദ്യാനത്തിൽ എത്തിപ്പെട്ടതും നിങ്ങളെ കാണാനിട വന്നതും. അല്ലാതെ മനപ്പൂർവം നിന്നെ ശല്യപ്പെടുത്താൻ ശ്രമിച്ചതല്ല."

അനാർക്കലി നിശ്ശബ്ദയായി കേട്ടുനിന്നു.

"ഞാൻ പോകട്ടെ, എന്നെ ഒരു ശത്രുവിനെപ്പോലെ കാണരുത് എന്നു പറയാൻ വേണ്ടി വന്നതാണ്."

''ഇല്ല.'' അൽപ്പം ജാള്യതയോടെ വേറെ എന്താണ് പറയേണ്ടതെന്നറിയാതെ അനാർക്കലി പറഞ്ഞു.

കാമിനി പോയതും എല്ലാം കേട്ടു നിന്നിരുന്ന സുരയ്യ പതുക്കെ ദീദിയോട് മന്ത്രിച്ചു

''നീ തൽക്കാലം അവളെ ശത്രുവായി തന്നെ കണ്ടാൽമതി. കേട്ടല്ലോ?''

അനാർക്കലി സുരയ്യയുടെ മുഖത്ത് നോക്കി.

''ഞാൻ നിന്നോട് ഒരു കാര്യം ചോദിക്കട്ടെ സുരയ്യാ.''

''ചോദിച്ചോളൂ.''

''അല്ല, നീയാണോ ചേച്ചി ഞാനാണോ ചേച്ചി?''

ഇതുകേട്ട് സുരയ്യ മുത്തുമണികൾ കിലുങ്ങുംപോലെ പൊട്ടിച്ചിരിച്ചു.

# നർത്തകിമാർ

''സ്നേഹത്തിന്റെ മഹത്തായ പ്രകടനത്തിന് മുമ്പിൽ
യുക്തി അമ്പേ പരാജയപ്പെട്ടു പോകുന്നു.''

- ജലാലുദ്ദീൻ റൂമി

**ലാ**ഹോർ കോട്ട. തണുത്ത മാർബിൾ പകരുന്ന ശീതളിമ നിറഞ്ഞ വമ്പൻ കൊട്ടാരം. മധ്യാഹ്ന സമയം. നൃത്തംവയ്ക്കുന്ന ചിലങ്കകൾ പടർത്തുന്ന മൃദുസ്വരം. അക്ബർ പത്നി ജോധയുടെ മടിയിൽ തല ചായ്ച്ച് കിടന്നു. പക്ഷേ അപ്പോൾ ചിലങ്കകളുടെ ആ സ്വരം അൽപ്പം അരോചകമായാണ് അദ്ദേഹത്തിന് അനുഭവപ്പെട്ടത്. മനസ്സ് സംഗീതത്തിലോ നൃത്തത്തിലോ ഒതുങ്ങി നിൽക്കുന്നില്ല.

ഷെയ്ക്കു എന്ന സ്വന്തം സലീമിനെക്കുറിച്ചുള്ള വിചാരങ്ങളായിരുന്നു മനസ്സ് മുഴുവൻ. പിതാമഹന്മാരുടെ ഉണർവ്വ് ഇല്ലാത്ത ഒരു അലസനാണ് അവൻ. എന്തു ചെയ്ത് അവനെ ഒന്നു ശരിയാക്കി എടുക്കണം എന്നറിയില്ല. ആയുധകലയിൽ അവൻ മിടുക്കനാണ്. പക്ഷേ ഭരിക്കണം എന്ന ആഗ്രഹം തന്നെ അവന് ഇല്ലാത്തതുപോലെ.

''നൃത്തക്കാരികളോട് പോകാൻ പറയൂ.'' അക്ബർ ജോധയോട് പറഞ്ഞു.

''എനിക്ക് അൽപ്പം സ്വസ്ഥത വേണം.''

നൃത്തവും പാട്ടുമെല്ലാം വെറും മടുപ്പിക്കുന്ന ശബ്ദഘോഷങ്ങളായി തോന്നുന്നു. നല്ല നർത്തകിമാർ കൊട്ടാരത്തിൽ ഇല്ലാതായോ?

പെട്ടെന്ന് ഇളംകാറ്റുപോലെ നൃത്തം ചെയ്യുന്ന ഒരു മനോഹര രൂപം അദ്ദേഹത്തിന്റെ മനസ്സിൽ വന്നു.

അനാർക്കലി.

അനാർക്കലിയുടെ മനോഹര നൃത്തം ഓർമ്മിച്ചെടുത്ത അക്ബർ പത്നിയോട് പറഞ്ഞു.

''ജോധാ, അനാർക്കലിയോട് നൃത്തം ചെയ്യാൻ വരാൻ പറയൂ. അവളുടെ മൃദുനൃത്തചലനങ്ങൾ ഇളംകാറ്റു വീശുന്നതുപോലെയാണ്.

തികച്ചും വ്യത്യസ്തയായ ഒരു നർത്തകി. അവളുടെ പാദങ്ങൾ ചലിക്കുമ്പോൾ മാർബിൾ പാകിയ നിലങ്ങൾ പൂമെത്തകളായി മാറുന്നതുപോലെ തോന്നും.''

''അവളെ ഇപ്പോൾ വിളിക്കാതിരിക്കുന്നതാണ് നല്ലത്.''

''എന്തേ?''

''അവൾക്ക് നല്ല സുഖമില്ലെന്ന് ആരോ പറയുന്നതു കേട്ടു. അവൾ ഇവിടെനിന്ന് അൽപ്പം മാറി അവളുടെ അമ്മായിയുടെ വീട്ടിൽ നിൽക്കാൻ ആഗ്രഹം പ്രകടിപ്പിച്ചിരിക്കുന്നു.''

''ഹാരമിലെ ഉത്സവം അല്ലേ വരുന്നത്. അത് അനാർക്കലി നോക്കി നടത്തും എന്നല്ലേ നമ്മൾ തീരുമാനിച്ചിരുന്നത്?''

''അതെ.''

''ഒരു കാര്യം ചെയ്യൂ, സുഖമില്ലെങ്കിൽ അവളെ എന്തായാലും ഇപ്പോൾ നൃത്തം ചെയ്യാൻ വിളിക്കേണ്ട. പക്ഷേ ഹാരമിലെ ഉത്സവത്തിന് അവളുടെ നൃത്തം തീർച്ചയായും വേണമെന്ന് ഇപ്പഴേ പറഞ്ഞുവയ്ക്കൂ. പലരും വരുന്ന ഉത്സവമാണ്, അത് ഉജ്ജ്വലമാകണം.''

''നൃത്തവും ഉത്സവനടത്തിപ്പും എല്ലാംകൂടി അവൾക്ക് പറ്റുമോ എന്നതാണ് സംശയം. സുഖമില്ല എന്നല്ലേ പറഞ്ഞത്?''

''എങ്കിൽ ഉത്സവനടത്തിപ്പ് കാമിനിയെ ഏൽപ്പിക്കൂ.''

''ശരി.''

''ഒരു കാര്യം ചെയ്യൂ. കാമിനിയെ ഇങ്ങോട്ട് വിളിക്കൂ. അവളുടെ നൃത്തം കാണുകയും ചെയ്യാം. കാര്യങ്ങൾ പറഞ്ഞ് ഏൽപ്പിക്കുകയുമാകാം.''

''അങ്ങനെ ആകട്ടെ.''

കാമിനി ഉടനെ തന്നെ എത്തി.

''പ്രഭോ, എന്തിനാണ് വിളിപ്പിച്ചത്?''

''ഹാരമിലെ ഉത്സവം വരുന്നതായി അറിയാമല്ലോ? അനാർക്കലിക്ക് നല്ല സുഖം ഇല്ലാത്തതിനാൽ നടത്തിപ്പ് ചുമതല ദിലാറാമിനെ ഏൽപ്പിക്കാമെന്ന് വിചാരിക്കുന്നു.''

''സന്തോഷം പ്രഭോ.''

''അനാർക്കലിയുടെ നൃത്തം എന്തായാലും പരിപാടികളിൽ ഉൾപ്പെടുത്തണം. പിന്നെ ഒരു ചതുരംഗ മത്സരം നടത്തണം. ഞാനും സലീമും തമ്മിൽ.''

''സലീം രാജകുമാരൻ?''

''ഉം... എന്താ?''

‘‘അദ്ദേഹത്തിന് അത്ര സുഖമില്ല എന്നു കേട്ടു.’’

‘‘എന്തുപറ്റി, ഇവിടെ എല്ലാവർക്കും ഒരു സുഖമില്ലായ്മ ആണല്ലോ? എന്തെങ്കിലും പകർച്ചവ്യാധി നടക്കുന്നുണ്ടോ?’’

ജോധയും കാമിനിയും ഒന്നും തന്നെ മിണ്ടിയില്ല.

‘‘സലീമിന് ഒരു അസുഖവും ഇല്ല. എന്തായാലും അവൻ ഒന്ന് ഉഷാറാകാനും ഈ ഉത്സവം സഹായിക്കും.’’ അക്ബർ പറഞ്ഞു

‘‘പിന്നെ നമ്മുടെ കണ്ണാടി മാളികയിലാണ് നൃത്തവിരുന്ന് നടത്തേണ്ടത്. കണ്ണാടി മാളിക പല തരത്തിലുള്ള ചില്ലുകളും കണ്ണാടികളും ഇടകലർന്നതായിരിക്കും. അതിലെ കണ്ണാടികൾ സൃഷ്ടിക്കുന്ന പ്രതിഫലനം ഗംഭീരവും മായികത സൃഷ്ടിക്കുന്നതുമായിരിക്കണം. കൊട്ടാരത്തിലെ വിളക്ക് ശിൽപ്പികളുടെ സഹായം തേടണം. പ്രത്യേക രീതിയിലുള്ള പല നിറങ്ങളിലുള്ള വിളക്കുകൾ ഉപയോഗിക്കണം.’’

‘‘ശരി പ്രഭോ.’’

‘‘കാമിനി നീയും മിടുക്കിയായ നർത്തകിയാണല്ലോ. നിന്റെ നൃത്തമൊന്നു കാണട്ടെ.’’ ജോധ പറഞ്ഞു

കാമിനി നൃത്തം ചെയ്യാൻ തുടങ്ങി. പക്ഷേ മറ്റേതോ ആലോചനയിൽ ആയിരുന്ന പോലെ തോന്നിച്ചു. അവളുടെ നൃത്തചലനങ്ങൾ ഭാരിച്ചതും ഒട്ടും ഒഴുക്കില്ലാത്തതും ആയി തീർന്നു.

‘‘എന്റെ മനസ്സിൽ മുഴുവൻ ഇപ്പോൾ ഉത്സവം നടത്തിപ്പിനെക്കുറിച്ചുള്ള ചിന്തകൾ ആണ്. അതിനാൽ ശരിയായി നൃത്തം ചെയ്യാൻ പറ്റുന്നില്ല. അങ്ങയുടെ അനുവാദമുണ്ടെങ്കിൽ ഞാൻ പൊയ്ക്കൊള്ളട്ടെ.’’

‘‘അങ്ങനെ ആകട്ടെ.’’ അക്ബർ അനുവാദം നൽകി.

നടന്നുകൊണ്ടിരിക്കെ കാമിനി ചിന്തിച്ചു.

കണ്ണാടിമാളികയ്ക്കുള്ളിലെ വരാൻ പോകുന്ന നൃത്തത്തിന്റെ സാധ്യതകളെപ്പറ്റി.

മതിമറന്ന് നൃത്തം ചെയ്യുന്ന മനോഹരിയും അവളെത്തന്നെ ആരും കാണുന്നില്ല എന്ന ധാരണയിൽ നോക്കി നിൽക്കുന്ന ഒരു ആരാധകനും.

വിദഗ്ദ്ധമായി സജ്ജീകരിച്ച കണ്ണാടികൾ ഒരുക്കാവുന്ന പ്രതിഫലനത്തിന്റെ ചതിക്കുഴികൾ അറിയാതെ...

# ചതുരംഗ നാടകങ്ങൾ

''കടലിന്റെ അഗാധതയിലാണ് മുത്തുള്ളത്. സുരക്ഷിതത്വമാണ് നിങ്ങളാഗ്രഹിക്കുന്നതെങ്കിൽ കരയിലിരുന്നു കാറ്റു കൊണ്ടു തിരിച്ചുപോവുക.''

- ഹസ്രത്ത് സാദി

**കാ**ത്തിരുന്ന ആഘോഷവേള ആഗതമായി. നവറോസ് എന്ന പേർഷ്യൻ പുതുവത്സരാഘോഷം കൊട്ടാരം നൃത്തവർണ്ണങ്ങൾകൊണ്ട് ആഘോഷിക്കുന്ന ഒന്നാണ്. തണുപ്പിൽ നിന്നും മുക്തി നേടി പച്ച പുതു നാമ്പുകൾ ഉടലെടുക്കുന്ന വസന്തകാലത്തിന്റെ മുന്നോടി കൂടിയാണ് ഈ ഉത്സവം,

ലാഹോർ കൊട്ടാരവും ഹാരേമും കൂടെ ഇപ്പോൾ ആഘോഷ കേന്ദ്രമായ ചില്ലുമാളികയും നിറം ചാർന്ന് അണിഞ്ഞൊരുങ്ങിയിരിക്കുന്നു. നൃത്തമത്സരവും ചതുരംഗമത്സരവും കാമിനിയുടെ നൈപുണ്യ കാര്യസ്ഥതയിലാണ് നടത്തപ്പെടുന്നത്.

ചക്രവർത്തിയായ അക്ബർ, മൂന്ന് കോണിപ്പടിയോളം ഉയരമുള്ള സിംഹാസനത്തിന്റെ തലപ്പത്താണ് ഇരിക്കുന്നത്. യുവരാജാവ് സലീമും സമീപത്ത് തന്നെ ഇരിക്കുന്നുണ്ട്.

മുമ്പിലുള്ള വിശാലമായ മാർബിൾ പാകിയ നിലം വലിയ ഒരു ചതുരംഗ കളമായി പരിണമിച്ചിരിക്കുന്നു. ഇടവിട്ട ഇരുനിറങ്ങളിൽ വരച്ചിരിക്കുന്ന കളങ്ങൾ. നീങ്ങാൻ തയ്യാറായി നിൽക്കുന്ന ജീവനുള്ള കരുക്കൾ.

അടിമ പെണ്ണുങ്ങൾ... രാജാവിന്റെയും മന്ത്രിയുടെയും തേരിന്റെയും കാലാളിന്റെയും കുതിരയുടെയും വേഷങ്ങളിൽ നിരന്നു നിൽക്കുന്ന സുന്ദരിയായ അടിമപ്പെണ്ണുങ്ങൾ. കളിക്കുന്ന ആൾ കളങ്ങൾ ബുദ്ധിപൂർവ്വമായി പറഞ്ഞു കൊടുക്കുക മാത്രം ചെയ്താൽ മതി.

അനായാസം അക്ബറിനെ തറപറ്റിക്കാം എന്നു വിചാരിച്ച് ദ്രുതഗതിയിൽ നീക്കം നടത്തിയ സലീമിനെ തോൽപ്പിച്ചുകൊണ്ട് അനായേസേന വിജയം കൈവരിച്ചു, അക്ബർ ചക്രവർത്തി.

''ഷേയ്ഖൂ...'' സലീമിന്റെ തോളത്തു തട്ടി അക്ബർ പറഞ്ഞു.

''ഈ കളിയുടെ കാര്യം നീ വിട്ടേക്കൂ, യഥാർത്ഥ യുദ്ധരംഗത്ത് നിന്റെ തന്ത്രങ്ങൾക്ക് മുൻപിൽ അടിയറവ് പറയാനായിരിക്കും പിതാവ് എന്ന നിലയിൽ എന്റെ ഇഷ്ടമെന്ന് നീ മറക്കരുത്.''

ചതുരംഗ മത്സരം കഴിഞ്ഞതോടെ വർണ്ണാഭമായ വെടിക്കെട്ട് തുടങ്ങി. മാനത്ത് പൂത്തിരികൾ കത്തിച്ചതുപോലെ പല നിറങ്ങളിൽ കത്തിയമർന്ന വെടിമരുന്നുകൾ.

അക്ബറും സലീമും പരിവാരങ്ങളും ഈ വർണ്ണക്കാഴ്ച കാണാൻ പുറത്തിറങ്ങി.

നൃത്തമത്സരത്തിനായുള്ള അരങ്ങൊരുക്കാനായി പക്ഷേ കാമിനി തളത്തിൽതന്നെ തങ്ങി. അവളെ സഹായിക്കാനായി സുഹാനയെയും ആമിനയേയും കൂടെ കൂട്ടിയിരുന്നു. സുരയ്യയുടെ സമപ്രായക്കാരും കളിക്കൂട്ടുകാരുമായിരുന്നു അവർ.

കാമിനി രാജാവില്ലാത്ത ആ രാജാങ്കണത്തിൽ പതുക്കെ ചുറ്റി നടന്നു. അവൾ ആരും കാണാതെ അക്ബറിന്റെ സിംഹാസനത്തിൽ ഇരുന്നു. പീഠത്തിൽ കാൽകയറ്റി വച്ച് കൈകൾ രാജകീയ പ്രൗഢി യിൽ എടുത്തു വച്ച് ഗൗരവം അഭിനയിച്ചു.

മനസ്സിൽ സ്വയം പറഞ്ഞു നോക്കി.

''മല്ലികാ യെ ഹിന്ദുസ്ഥാൻ.''

പിന്നെ സുഹാനയോട് നൃത്തവേദിയിൽ നിൽക്കാനായി പറഞ്ഞു.

കാമിനി എഴുന്നേറ്റ് വന്ന് സലീമിന്റെ ഇരിപ്പിടത്തിനരികിൽ എത്തി. അവിടെ ആമിനയെ പിടിച്ചിരുത്തി.

വീണ്ടും അക്ബറിന്റെ സിംഹാസനത്തിൽ ചെന്നിരുന്നു.

ചുറ്റും പതിപ്പിച്ച സ്ഫടിക ദർപ്പണങ്ങളിൽ അപ്പോൾ പ്രതി ഫലിച്ച സുഹാനയുടേയും ആമിനയുടേയും രൂപങ്ങൾ ദർശിച്ച കാമിനിയുടെ ചുണ്ടിൽ ഒരു ഗൂഢമന്ദസ്മിതം വിരിഞ്ഞു.

ഒട്ടും നല്ലതല്ലാത്ത ഒരു കുസൃതി ചിരി. എല്ലാ പ്രതിഫലനങ്ങളും താൻ വിചാരിച്ചപോലെ തന്നെ.

''സുഹാനാ...'' അവൾ വിളിച്ചു.

സുഹാന അടുത്തു ചെന്നു.

''നീ എന്റെ മുറിയിൽ ഒന്നു പോയി വരണം. മുഖം നോക്കുന്ന കണ്ണാടിയുടെ താഴെയുള്ള വലിപ്പിൽ ഒരു ചെറിയ കുപ്പിയിൽ ഒരു ദ്രാവകം കാണും. അതെനിക്ക് എടുത്തുകൊണ്ടു വരണം. ഇതാ മുറിയുടെ താക്കോൽ.''

CHARUDATH

അവൾ ദുപ്പട്ടയുടെ കോന്തലയിൽ കെട്ടിവച്ചിരുന്ന താക്കോലെടുത്ത് സുഹാനയ്ക്ക് കൊടുത്തു.

പുറത്ത് വെടിക്കെട്ടിന്റെ ആരവങ്ങൾ ഒതുങ്ങിത്തുടങ്ങിയിരുന്നു.

ഒരുക്കങ്ങൾ നടന്നുകൊണ്ടിരിക്കുന്ന നൃത്തതളത്തിന് അടുത്തേക്ക് സലീം ഏകനായി നടന്നുവന്നു.

"സജ്ജീകരണങ്ങൾ എല്ലാം പൂർത്തിയായോ?" സലീം ചോദിച്ചു.

"ഒരുക്കങ്ങളൊക്കെ കഴിഞ്ഞു. ഇനിയിപ്പോൾ അങ്ങയുടെ പ്രാണസഖി വന്നു നൃത്തം തുടങ്ങിയാൽ മാത്രം മതി. '

മന്ദഹസിച്ചുകൊണ്ട് കാമിനി പറഞ്ഞു.

കാമിനിയുടെ സൗഹൃദഭാവം കണ്ടപ്പോൾ സലീമിന് ചെറുതായി അത്ഭുതമായി.

"കാമിനീ, നിന്റെ ഭാവങ്ങൾ എന്നെ അത്ഭുതപ്പെടുത്തുന്നു. ഉന്നതമായ ഒരു മനസ്സിന് മാത്രമേ ഇങ്ങനെ സാഹചര്യങ്ങളിലെ മാറ്റം ഇത്ര സമ്പൂർണമായി അംഗീകരിക്കാൻ കഴിയുകയുള്ളൂ."

"അതൊക്കെ ഇരിക്കട്ടെ, അനാർക്കലി ഇന്ന് നൃത്തത്തിനായി ധരിക്കുന്ന വേഷവിധാനം എന്താണെന്നറിയാമോ?"

"ഇല്ല."

"ഞാൻ അത് കണ്ടിരുന്നു. പകുതി സ്വർണ്ണനൂലുകൊണ്ടും പകുതി മുത്തുകൾകൊണ്ടും അലങ്കരിച്ച ഒരു ഉടയാട."

സലീമിന്റെ കണ്ണുകൾ വിടർന്നു.

കാമിനി പവിഴമണികൾ വീണു ചിതറിയപോലെ പൊട്ടിച്ചിരിച്ചു.

"പ്രണയം ബാധിച്ചവരെ കണ്ടു നിൽക്കുന്നതുപോലെ തമാശ ഉള്ള കാര്യം വേറെയൊന്നുമില്ല."

സലീം അല്പം ജാള്യതയോടെ അവളെ നോക്കി.

"എന്തായാലും അവളെ കാണാൻ തിരക്കായെന്ന് എനിക്ക് മനസ്സിലായി. ഞാൻ വിളിച്ചു കൊണ്ടുവരാം, നൃത്തത്തിന് സമയമായി തുടങ്ങി."

കാമിനി പോയതും സുരയ്യ അങ്ങോട്ട് കടന്നുവന്നതും ഒരുമിച്ചായിരുന്നു.

സംശയത്തോടെ സുരയ്യ സലീമിനോട് ചോദിച്ചു:

"അവൾ എന്താണ് പറഞ്ഞത്?"

"ഏയ്, പ്രത്യേകിച്ചൊന്നുമില്ല. അവൾ അനാർക്കലിയെ വിളിക്കാൻ പോയതാണ്. നിനക്ക് ഇപ്പോഴും സംശയം മാറിയിട്ടില്ലേ?"

‘‘അങ്ങയുടെ സംശയം മാറിയോ?’’

‘‘തീർച്ചയായും. അവൾ ഇപ്പോൾ യഥാർത്ഥത്തിൽ ഞങ്ങളുടെ പ്രണയത്തെ സഹായിക്കുകയാണ് ചെയ്യുന്നത്. എന്തൊരു വിസ്മയ കരമായ മാറ്റം.’’

‘‘വിസ്മയകരമായി ആരും മാറാറില്ല പ്രഭോ!’’

‘‘നിനക്ക് അറിയാഞ്ഞിട്ടാണ്, നീ ഇപ്പോഴും കൊച്ചു കുഞ്ഞല്ലേ.’’

‘‘ഞാനാണോ അങ്ങാണോ കൊച്ചുകുഞ്ഞ് എന്നാണ് എന്റെ സംശയം. ഒരിക്കൽ അങ്ങയോട് തീവ്രപ്രണയമുണ്ടെന്ന് പറഞ്ഞ സ്ത്രീയെ വീണ്ടും സുഹൃത്താക്കുന്നത് പത്തി വിരിച്ചു നിൽക്കുന്ന സർപ്പത്തെ കെട്ടിപ്പിടിച്ച് ഉറങ്ങുന്നതുപോലെയാണ്.’’

## ചിറകരിയപ്പെട്ട മയിൽപേട

''ലോകം നിങ്ങളെ ബലമായി മുട്ടുകുത്തിക്കുമ്പോൾ, പ്രാർത്ഥിക്കാനായി അതിൽപ്പരം മികച്ച ഒരു സ്ഥാനം കിട്ടാനില്ലെന്നാണ് നിങ്ങൾ മനസ്സിലാക്കേണ്ടത്.''

- ജലാലുദ്ദീൻ റൂമി

നൃത്തത്തിനായുള്ള ഒരുക്കങ്ങൾ എല്ലാം പൂർത്തിയായതോടെ അക്ബർ ചക്രവർത്തി നൃത്തം കാണാനായി എത്തിച്ചേർന്നു. മുൻ നിരയിൽ ചക്രവർത്തിക്കരികിൽ റാണി ജോധയും ഇരുന്നു.

ഇരിപ്പിടത്തിലേക്ക് പോകുന്ന സലീമിനെ കാമിനി കണ്ണുകൊണ്ട് തന്റെ അടുത്തേക്ക് ക്ഷണിച്ചു. എന്നിട്ട് പതുക്കെ പറഞ്ഞു.

''അപ്പുറത്ത് ഞാൻ മറ്റൊരു ഇരിപ്പിടം ഇട്ടിട്ടുണ്ട്. ഹുസൂർ അവിടെ ഇരുന്നാൽ അനാർക്കലി നൃത്തം ചെയ്യുമ്പോൾ അവളുടെ മുഖ ഭാവങ്ങൾ നന്നായി കാണാം. മാത്രമല്ല അവൾക്കും മറ്റാരും അറി യാതെ അങ്ങയെ നോക്കാനും കഴിയും.''

അല്പം അത്ഭുതപ്പെട്ടെങ്കിലും ഇതു കേട്ടയുടൻ മറ്റൊന്നും ആലോചിക്കാതെ സലിം പുതിയ ഇരിപ്പിടത്തിലേക്ക് മാറിയിരുന്നു.

''അപ്പുറത്ത് ഇരുന്നാൽ തബലയുടേയും സിത്താറിന്റെയും ശബ്ദവും വ്യക്തമായി ആസ്വാദിക്കാനാകും. ഞാനങ്ങോട്ടിരുന്നോട്ടേ അബ്ബാ ജാൻ?''

ചോദ്യഭാവത്തിൽ തന്നെ നോക്കിയ പിതാവിനോട് സലീം പറഞ്ഞു.

നൃത്തം തുടങ്ങിയതോടെ സദസ്സ് നിശബ്ദമായി.

ഒരു മയൂരനൃത്തമാണ് അനാർക്കലി കാഴ്ചവച്ചത്. മഴക്കാറുകൾ ഉരുണ്ടു കൂടുമ്പോൾ പീലിവിരിച്ചാടുന്ന ആൺമയിലാകാൻ അവൾക്ക് അധികസമയം വേണ്ടി വന്നില്ല. ആൺമയിലിനൊപ്പം പ്രണയാർദ്ര മായി മോഹനഭാവങ്ങളോടൊപ്പം നൃത്തമാടിയ പെൺമയിലിനേയും

CHARUDATH

അവൾ അവതരിപ്പിച്ചു. അലിഞ്ഞുചേർന്ന നൃത്തഭാവങ്ങൾക്കിടയിൽ അവളുടെ ദൃഷ്ടി പക്ഷേ പലപ്പോഴും സലീമിന്റെ മുഖത്തു തന്നെ യായിരുന്നു. ആരും ശ്രദ്ധിക്കുന്നില്ലെന്ന് ധരിച്ചിരുന്നതുകൊണ്ട് സലീമും പ്രാണസഖിയെ ആവോളം കാണാൻ ആ അവസരം വിനി യോഗിച്ചു.

മനോഹരമായിരുന്നു അനാർക്കലിയുടെ നൃത്തം. കുളിർതെന്നൽ ഒഴുകി പരന്നതുപോലെയുള്ള ഒരനുഭവം. അക്ബർ തന്റെ കയ്യിൽ കരുതിയിരുന്ന അലങ്കരിച്ച ദുപ്പട്ട ഒരു സമ്മാനമായി അനാർക്കലി യുടെ കഴുത്തിൽ അണിയിച്ചു.

അനുരാഗാർദ്രമായ നോട്ടമാണ് സലീം പ്രേയസിക്ക് സമർപ്പിച്ചത്. മറ്റേത് ഉപഹാരങ്ങളേക്കാളും വില പിടിപ്പുള്ളതായി അനാർക്കലിക്ക് അതുപക്ഷേ അനുഭവപ്പെട്ടു.

“ഇനി നിന്റെ ഒരു കവിത കേൾക്കട്ടെ.” അക്ബർ ആവശ്യപ്പെട്ടു.

സ്വന്തം കവിത തന്നെ പാടാൻ അവൾ തയ്യാറെടുത്തു.

“എന്റെ പ്രണയം ഭ്രാന്തു പിടിച്ചതാണ്,
യുക്തിക്ക് അവിടെ സ്ഥാനമില്ല,
പ്രണയത്തിനുവേണ്ടി ജീവൻ ത്യജിക്കാം എന്ന
ആശയം പോലും മധുരമായേ എനിക്ക് തോന്നുന്നുള്ളൂ,
അപകടകരമായ സാഹസികതയെ പുൽകാൻ
ഇപ്പോൾ എനിക്ക് എന്ത് ഇഷ്ടമാണെന്നോ?
രക്തം വീണ മരുഭൂമികളേയും ആളിക്കത്തുന്ന
അഗ്നിയേയും തഴുകാൻ പ്രണയത്തിൽ
കുതിരുമ്പോൾ എനിക്ക് ഭയമില്ല.”

അനാർക്കലി പാടി.

സലീമിന്റെ ഹൃദയം തുടിച്ചു. അത് അവളുടെ ഹൃദയത്തിൽ നിന്നും ഉതിരുന്ന ദിവ്യപ്രണയത്തിന്റെ സ്ഫുലിംഗങ്ങൾ ആണെന്ന് അറിയാമായിരുന്നതിനാൽ തന്നെ.

കാമിനിയുടെ അന്തഃകരണത്തിൽ അസൂയയുടെ നെരിപ്പോട് ആഞ്ഞുകത്തികൊണ്ടിരുന്നു.

അവൾ സുഹാനയെ അടുത്തേക്ക് വിളിച്ചു.

“ഞാൻ നേരത്തെ പറഞ്ഞ പാനീയം എടുത്തിട്ടുണ്ടോ?”

“ഉവ്വ്.”

“പാവം, അനാർക്കലിയുടെ തൊണ്ട പാട്ടുപാടി ഉണങ്ങിക്കാണും. ഇതൊന്നു കുടിക്കാൻ കൊടുത്തേക്കൂ.”

മൂർച്ചയുള്ള ശബ്ദത്തിൽ കാമിനി പറഞ്ഞു.

അനാർക്കലിയുടെ തൊണ്ട യഥാർത്ഥത്തിൽ ഉണങ്ങിവരണ്ടിരുന്നു. നൃത്തവും പാട്ടും ഒന്നിനു പിറകെ ഒന്നായി ചെയ്തതു കൊണ്ടുള്ള തളർച്ചകൊണ്ടായിരുന്നു അത്. സുഹാന ചഷകത്തിൽ കൊണ്ടുവന്ന പാനീയം വളരെ ആശ്വാസത്തോടെയാണ് അതിനാൽ അവൾ സ്വീകരിച്ചത്.

കുടിച്ചപ്പോൾ അൽപ്പം ചവർപ്പ് തോന്നിയെങ്കിലും പെട്ടെന്ന് വലിച്ചു കുടിച്ചു.

''എന്താണ് ഒരു പ്രത്യേക മണം?'' അവൾ സുഹാനയോട് ചോദിച്ചു.

അപ്പോഴേക്കും അടുത്ത ഗസലിനുള്ള സമയം ആയിരുന്നു.

ഗസൽ പാടിത്തുടങ്ങിയതും കഴിഞ്ഞതും പക്ഷേ അനാർക്കലി അറിയുന്നുണ്ടായിരുന്നില്ല.

കാമിനി നൽകിയ പാനീയം വീര്യമേറിയ മദ്യമാണെന്ന് അറിയാതെയാണ് അനാർക്കലി കുടിച്ചത്. കൊടുംചതി അറിയാതെ.

അതിനകം വൻലഹരി കൊടുങ്കാറ്റിൽ അവൾ പെട്ടുകഴിഞ്ഞിരുന്നു. സലീമിനെ തന്നെ നോക്കി കൊണ്ട് ഇരിക്കാൻ ഒരു തോന്നൽ. ചുറ്റുമുള്ളവരെ കരുതി സലീമിനെ നോക്കാൻ പോലും ഭയമായിരുന്ന തനിക്ക് ഇപ്പോഴിതാ അയാളിൽ നിന്ന് കണ്ണും മനസ്സും മാറ്റാനാകുന്നില്ല എന്നതിലെ മറിമായം അനാർക്കലിക്ക് തെല്ലും പിടികിട്ടിയില്ല.

''സലീം എന്തൊരു സുന്ദരനാണ്.''

സലീമിനെ അങ്ങനെ നോക്കിയിരിക്കുമ്പോൾ അനാർക്കലി മുരണ്ടു.

''നീ എന്റെ ഹൃദയത്തിൽ കുടികൊള്ളുന്ന ഒരു ഗാനമാണെന്ന് നിനക്കറിയാമോ സലീം?''

നാദിറയുടെ ഈ ജല്പനം കേട്ട് ഇടിവെട്ടേറ്റപോലെ അക്ബർ ചക്രവർത്തി സിംഹാസനത്തിൽ ഇരുന്നു.

മദ്യപിച്ച വേശ്യയെപ്പോലെ അഴഞ്ഞ് കുഴഞ്ഞ ശബ്ദത്തിൽ നിലയുറയ്ക്കാത്ത ചുവടുകളോടെ ചലിക്കുന്ന ഈ യുവതി താൻ ഇതുവരെ വാത്സല്യത്തോടെ കണ്ടിരുന്ന, അനാർക്കലിയെന്ന് സ്നേഹത്തോടെ വിളിക്കുന്ന, നാദിറയാണെന്നത് വിശ്വസിക്കാൻ അദ്ദേഹത്തിന് പ്രയാസം തോന്നി.

കാമിനി വിദഗ്ധമായി സ്ഥാപിച്ച കണ്ണാടികളിലൂടെ അവരുടെ പരസ്പരമുള്ള ചില നോട്ടങ്ങൾ നൃത്തത്തിനിടയിൽ അക്ബർ

കണ്ടിരുന്നെങ്കിലും അതെല്ലാം പ്രായത്തിന്റെ ചില്ലറ ചാപല്യമായി അദ്ദേഹം അവഗണിച്ചിരുന്നു. ആ പ്രായം കഴിഞ്ഞിട്ടാണല്ലോ താനും വന്നതെന്ന് ചിന്തിക്കുകയും ചെയ്തിരുന്നു.

സലീമിനാണെങ്കിൽ വൻ ജാള്യതയാണ് അനാർക്കലിയുടെ ആ പരസ്യപ്രേമപ്രകടനം വരുത്തിവച്ചത്. അബ്ബാജാന്റെയും അമ്മിയുടേയും പ്രജകളുടേയും മുൻപിൽ ഇതിലും മോശക്കാരനാകാനില്ല.

വേച്ചു വേച്ചു വീണ്ടും അവൾ സലീമിന്റെ മുൻപിൽ മുട്ടുകുത്തി നിന്ന് പറഞ്ഞു.

‘‘എന്നെ ഒന്നു ചുംബിക്കൂ.’’

സഹിക്കാവുന്നതിന്റെ പാരമ്യത്തിൽ എത്തി എന്നു മനസ്സിലായ അക്ബർ എഴുന്നേറ്റു.

‘‘കഫൂർ...’’

സിംഹഗർജ്ജനം കൊട്ടാരത്തിൽ മുഴങ്ങി

‘‘ജാഹംബനാ.’’ കഫൂർ തയ്യാറായി.

‘‘ഈ അഭിസാരികയെ തുറുങ്കിലടയ്ക്കൂ.’’

കൊട്ടാരം വിറങ്ങലിച്ചു നിന്നു.

വെറും മയക്കത്തിലായിരുന്ന അനാർക്കലി അപ്പോഴും സലീമിനെ നോക്കി മന്ദഹസിച്ചുകൊണ്ടേ ഇരുന്നു. സുന്ദരസ്വപ്നങ്ങളുടെ മണിയറയിൽ ആയിരുന്നു അവൾ.

‘‘ഹുസൂർ...’’

സുരയ്യ അക്ബറിന്റെ കാൽക്കൽ കരഞ്ഞുകൊണ്ട് വീണു. ആ പെൺകിടാവ് മറ്റെന്തു ചെയ്യാൻ?

‘‘ഉം... പെട്ടെന്ന്.’’ അക്ബർ മുരണ്ടു.

ദേഷ്യം വന്നാൽ ജാംഹംബനയുടെ സ്വഭാവം വന്യമാണെന്ന് അറിയാവുന്ന കൊട്ടാരം കൽപ്പന നടപ്പാക്കാൻ തയ്യാറായി.

# ദുഃഖം

''എന്തുകൊണ്ടാണ് ഓടക്കുഴൽ
കരയുന്നത് എന്നറിയാമോ?
തണ്ടിൽനിന്ന് മുറിച്ചെടുത്തതിന്റേയും
ഹൃദയത്തിൽ തുളകളിട്ടതിന്റേയും
തീവ്രവേദനയാണത് വിലപിക്കുന്നത്.''

– റൂമി

**അ**ഗാധവും തീവ്രവുമായ ദുഃഖം. അതാണ് സലീമിന് അനുഭവപ്പെട്ടത്. തനിക്കു ചുറ്റും ലോകം തലകീഴായ് മറിഞ്ഞതുപോലെ.. അനാർക്കലി കാരാഗൃഹത്തിൽ അടയ്ക്കപ്പെട്ടു എന്നു മാത്രം മനസ്സിലായി. രഹസ്യമായിരുന്ന ഒരു പ്രണയം എല്ലാവരും അറിഞ്ഞെന്നും. എങ്ങനെ? അതു മനസ്സിലായില്ല. ആളും ആരവവും എല്ലാം ഒഴിഞ്ഞിരിക്കുന്നു.

മുറിക്കകത്തെ ഇരുട്ടിൽ ഒറ്റയ്ക്കിരിക്കുമ്പോഴും മനസ്സ് ശാന്തമാകുന്നില്ല. മകന്റെ ദുഃഖം കണ്ട് ജോധാഭായിക്ക് സഹിച്ചില്ല. കൂടാരത്തിൽ വിഷമിച്ചിരിക്കുന്ന സലീമിന്റെ അടുത്തേക്ക് ചെന്ന് അവർ കെട്ടിപ്പിടിച്ചു.

''സലീം, നീ ഇങ്ങനെ ആളുകളെക്കൊണ്ട് പറയിപ്പിക്കരുത്. യുവരാജാവാണെന്നത് ഓർമ്മ വേണം.''

''അമ്മി ഒരു കാര്യം പറയൂ, നിങ്ങൾ കാരാഗൃഹത്തിലടയ്ക്കപ്പെട്ടാൽ അബ്ബാജാൻ നോക്കിയിരിക്കുമോ?''

''അതുപോലെയാണോ ഇത്?''

''എന്തുകൊണ്ടല്ല എന്നുകൂടി പറഞ്ഞാലും. വിവാഹം കഴിഞ്ഞിട്ടില്ല എന്നുള്ളതുകൊണ്ടാണോ?''

''വിവാഹം കഴിച്ച് കുട്ടികൾ ആയ ഞങ്ങളുടെ ദാമ്പത്യത്തിന്റെയും

നിന്റെ പ്രേമത്തിന്റെ തോന്നലും തമ്മിൽ താരതമ്യമുണ്ടോ?''

''ഇത് പ്രേമചാപല്യമൊന്നും അല്ല. എനിക്കവളെ ഇഷ്ടമാണ്. പിന്നെ നിങ്ങളുടെ കാര്യം പറഞ്ഞാൽ, വിവാഹം കഴിഞ്ഞ് വർഷങ്ങൾ കഴിഞ്ഞിട്ടും നിങ്ങൾ മനസ്സുകൊണ്ട് ഞങ്ങളുടെ അത്രപോലും അടുപ്പമില്ലാത്തവരാണെന്നാണ് എനിക്ക് തോന്നിയിട്ടുള്ളത്.''

''വിവാഹപൂർവ്വ പ്രണയത്തിൽ ഇത്തരം മിഥ്യാബോധം ഉണ്ടാകുക സ്വാഭാവികമാണ്.''

''ഇതിൽ മിഥ്യയുടെ പ്രശ്നമുണ്ടെന്ന് തോന്നുന്നില്ല. പ്രശ്നം അഭിമാനത്തിന്റേതു മാത്രമാണെന്നാണ് ഞാൻ കരുതുന്നത്. താഴേക്കിടയിലുള്ള ഒരു പെണ്ണും മേലേക്കിടയിലുള്ള ഒരാണും തമ്മിലുള്ള ബന്ധത്തിന്റെ പ്രശ്നം? അല്ലേ?''

''ഹിന്ദുസ്ഥാനം വിശാലഹൃദയനായി കരുതുന്ന അക്ബറിനെക്കുറിച്ചാണ് നീ പരാമർശിക്കുന്നതെന്ന് മറക്കരുത്.''

''വിശാലഹൃദയം അന്യന്റെ മക്കളുടെ പ്രണയത്തിന്റെ കാര്യത്തിൽ മാത്രമാണ്. സ്വന്തം മകന്റെ കാര്യത്തിൽ ഇല്ലെന്നു മാത്രം.''

''കുറച്ചൊക്കെ നീ പറയുന്നത് ശരിയാണ്. പക്ഷേ അത് എന്തുകൊണ്ട് എന്ന് നീ ഒരു പിതാവാകുമ്പോഴേ മനസ്സിലാകൂ എന്നു മാത്രം.''

''അമ്മിക്ക് അദ്ദേഹത്തെ പറഞ്ഞ് മനസ്സിലാക്കാമോ?''

''താൽപ്പര്യമുണ്ടായിട്ടല്ല. പക്ഷേ നിനക്കുവേണ്ടി ഞാനത് ചെയ്യാൻ തയ്യാറാണ്.''

മകന്റെ പ്രണയത്തിന്റെ ആത്മാർത്ഥത ജോധയ്ക്ക് മനസ്സിലായിക്കഴിഞ്ഞിരുന്നു. ഒരു സ്ത്രീയെന്ന നിലയിൽ സ്വന്തം മകനോട് ആദരവ് തോന്നിയെങ്കിലും അത് പുറമേ പ്രകടിപ്പിക്കാൻ അവൾ തയ്യാറായില്ല. മകനെ പിന്തിരിപ്പിക്കാൻ ഒരവസാനശ്രമം അവൾ നടത്തിനോക്കി

''സലീം, നീ അബ്ബാജാനെ സ്നേഹഭാവത്തിലേ കണ്ടിട്ടുള്ളൂ. വാള് എടുത്താൽ അത്യന്തം പരാക്രമശാലിയായ ഒരു പോരാളിയാണ്. അതു മറക്കരുത്. ഇടയുന്നത് നല്ലതായിരിക്കില്ല.''

''അമ്മി, പേടിപ്പിക്കുകയാണോ?'' സലീം മറുപടി പറഞ്ഞു.

''മംഗോളിയൻരക്തമുള്ള മുഗൾസിംഹം പരാക്രമശാലി ആണെന്ന് എനിക്കറിയാം. എന്നാൽ രജപുത്രവീര്യം സിരകളിൽ ഒഴുകുന്നതുകൊണ്ടായിരിക്കാം തരിമ്പു പോലും ഭയം തിരിച്ച് അനുഭവപ്പെടാത്തത്.

CHARUDATH

വെട്ടുന്നത് തടുക്കാനും തിരിച്ചു വെട്ടാനും അറിയാവുന്നവൻ തന്നെയാണ് സലീം.''

നിരർത്ഥകമായ വാദം നിർത്തി ജോധ പിൻവാങ്ങി.

ഒളിച്ചു പതുങ്ങി നിന്നിരുന്ന സുരയ്യ അപ്പോൾ സലീമിന് മുന്നിലെത്തി. അവൾ സലീമിന്റെ കാലു പിടിച്ചു കരഞ്ഞു പൂക്കുല തല്ലിച്ചിതറും പോലെ.

''എങ്ങനെയെങ്കിലും എന്റെ സഹോദരിയെ രക്ഷിക്കൂ, ഒരു കാരാഗൃഹത്തിൽ കിടക്കുവാനുള്ള ശാരീരികശേഷി ഇല്ലാത്തവളാണ് അവൾ. അങ്ങയെ സ്നേഹിച്ചു എന്നൊരു കുറ്റമേ അവൾ ചെയ്തിട്ടുള്ളൂ.''

''നീ പറയുന്നത് കേട്ടാൽ ഞാൻ എന്തോ കുറ്റം ചെയ്തു എന്നു തോന്നും. ഞാൻ എന്തു ചെയ്യാനാണ്?''

''ഞാൻ ഈ വിഷമം വേറെ ആരോട് പറയും?''

നിസ്സഹായനായി സലീം നിന്നു.

സുരയ്യ മടങ്ങി. കൂട്ടിലിട്ട വെരുകിനെപ്പോലെ സലീം അങ്ങോട്ടുമിങ്ങോട്ടും അസ്വസ്ഥനായി നടക്കവേ ഇരുട്ടിൽ നിന്നും ഒരാൾ പതിയെ കയറിവന്നു.

സുദാമൽ.

''സലീം...'' സുദാമൽ പതിഞ്ഞതെങ്കിലും ആഴമുള്ള ശബ്ദത്തിൽ വിളിച്ചു.

വിവശതയോടെ സലീം സുദാമലിനെ നോക്കി.

''നിനക്ക് അനാർക്കലിയെ കാണണോ?''

സലീമിന്റെ കണ്ണുകൾ വിടർന്നു.

''എങ്ങനെ?''

''അതൊക്കെയുണ്ട്. പറയാം, നമ്മുടെ ജയിലധികാരി ബേഗ് സാഹേബ് എന്റെ സുഹൃത്താണ്. പുള്ളിക്കാരനെ ഞാൻ മദ്യം കൊടുത്ത് ശരിയാക്കിയിട്ടുണ്ട്. പിന്നെ കുറേ സ്വർണ്ണ നാണയങ്ങൾ മുടക്കേണ്ടി വരും.''

''അതൊക്ക ശരിയാക്കാം. എപ്പോഴാണ് കാണുക?'' സലീമിന് ധൃതിയായി.

''അർദ്ധരാത്രിക്കു ശേഷം.''

''പക്ഷേ, എനിക്ക് ഒരു വാക്കു തരണം.'' കൂട്ടുകാരനെ നന്നായി അറിയാവുന്ന സുദാമൽ പറഞ്ഞു.

''എന്താണ്?''

''കണ്ടശേഷം ഉടൻ തിരിച്ചു പോവുമെന്ന്?''

സലീം ഒന്നും മിണ്ടിയില്ല.

''അതു ശരി, അപ്പോൾ നീ പെട്ടെന്ന് സമാഗമം അവസാനിപ്പിക്കാൻ ഉദ്ദേശിച്ചിട്ടില്ല?''

''ഇല്ല.''

''പിന്നെ?''

''അതു നീ ഇപ്പോൾ അറിയേണ്ട. എനിക്ക് ചില ഉദ്ദേശ്യങ്ങളുണ്ട്.''

''സലീം, ഇത് അപകടമാണ്. മുഗൾസാമ്രാജ്യ ചരിത്രത്തിൽ അച്ഛനും മകനും സഹോദരങ്ങൾ തമ്മിലും നടന്ന രക്തച്ചൊരിച്ചിലുകൾക്ക് യാതൊരു കുറവും ഇല്ല. പ്രണയത്തിന് വേണ്ടിയുള്ള രക്തച്ചൊരിച്ചിലുകൾക്കും.''

നിശ്ചയദാർഢ്യത്തോടെതന്നെ സലീം മറുപടി നൽകി.

''ചരിത്രം ആവർത്തിക്കട്ടെ.''

# അന്ധകാരത്തിൽ നിന്നും

"പ്രേമിക്കുന്നവർ ഒടുവിലെങ്കിലും ഒന്നിക്കും എന്നു നാം കരുതുന്നു. എന്നാൽ അവർ എല്ലായ്പ്പോഴും പരസ്പരം ഒന്നിച്ചുണ്ടായിരുന്നു എന്നതാണ് വാസ്തവം."

- റൂമി

**ത**ണുത്ത തറയിൽ കിടന്നുകൊണ്ടാണ് അനാർക്കലി ഉറക്കം വിട്ടെഴുന്നേറ്റത്. തറയുടെ തണുപ്പ് ഇഴഞ്ഞിഴഞ്ഞ് കയറി കൈകാലുകൾ മരവിച്ചിരിക്കുന്നു. എങ്ങനെ ഇവിടെ എത്തിയെന്ന് അവൾക്ക് മനസ്സിലായില്ല. എവിടെയാണ് താൻ എത്തിയിരിക്കുന്നതെന്നും.

കറുത്ത ഭീമാകാരമായ ചുവരുകൾ. തണുത്ത കറുത്ത കരിങ്കല്ലിന്റെ തറ. മൂലയിൽ കിടക്കാനായി കൂട്ടിയിട്ടിരിക്കുന്ന വൈക്കോൽ കിടക്ക. അനാർക്കലി പതുക്കെ തിരിച്ചറിഞ്ഞു. താൻ കാരാഗൃഹത്തിലാണ്. ഒരു കുറ്റവാളി.

എന്തിന്? അതുമാത്രം അവൾക്ക് മനസ്സിലായില്ല. നൃത്തം വച്ചത് ഓർക്കുന്നു. സലീമിനെ നിർന്നിമേഷയായി നോക്കിയത് ഓർക്കുന്നു. പിന്നെ ഒന്നും ഓർമ്മയില്ല. എവിടെ അമ്മ? എവിടെ സുരയ്യ? സലീം? എന്തോ ശബ്ദം കേൾക്കുന്നുണ്ടല്ലോ? ആരോ പടികൾ ഇറങ്ങി നടന്നു വരുന്നു.

അവൾ വളരേ ബുദ്ധിമുട്ടി എഴുന്നേറ്റു നിന്നു. രണ്ട് രൂപങ്ങൾ പതുക്കെ അവിടേക്ക് ഇറങ്ങി വന്നു. ഒരാൾ ദുഷ്ടതയുടെ ആൾരൂപമായിരുന്നു. മെലിഞ്ഞ് ശോഷിച്ച ശ്മശ്രുക്കൾ നിറഞ്ഞ മുഖവും സംശയത്തിന്റെ കഴുകൻ കണ്ണുകളുമുള്ള ഒരാൾ. കൂടെ തലയും മുഖവും മറച്ച ഒരാൾ. മുഖം മറച്ചെങ്കിലും ഏത് കൂരിരുട്ടിലും തിരിച്ചറിയാവുന്ന ആ ശരീരത്തിന്റെ ഉടമയെ അനാർക്കലി തിരിച്ചറിഞ്ഞു.

സലീം!

മെഴുകുതിരിയുടെ അരണ്ട വെളിച്ചം ജയിലറയിലെ കൂരിരുട്ടിന് അല്പം ആശ്വാസമേകിയിരുന്നു. മെലിഞ്ഞ് പരുന്തിനെപോലെ

CHARUDATH

ഇരുന്ന കൃശഗാത്രനായിരുന്നു ജനറൽ ബേഗ്. കൂടെ ഉണ്ടായിരുന്നത് അദ്ദേഹത്തിന് അപരിചിതനായിരുന്ന ഒരു യുവാവ് ആയിരുന്നു. സുദാമൽ കൊടുത്ത കൈക്കൂലിയുടെ കിലുക്കം ആയിരുന്നു ജനറലിനെ ഈ വ്യവഹാരത്തിന് പ്രേരിപ്പിച്ചത്. അല്ലെങ്കിലും ആ ഇരുളടഞ്ഞ തടവറയിലെ നിരാലംബരായ ആത്മാക്കളെ സംബന്ധിച്ചിടത്തോളം കിരീടം വയ്ക്കാത്ത സുൽത്താനായി വിലസുകയായിരുന്നു ജനറൽ ബേഗ്. ഈ അനാഥയായ നർത്തകിയെ കാണാൻ വെമ്പുന്നത് അവളുടെ ബന്ധുക്കൾ ആരെങ്കിലും ആയിരിക്കുമെന്ന് അയാൾ വിശ്വസിച്ചു.

അകലെ നിന്ന് കാണിച്ച് കൊടുത്താൽ മതി എന്നായിരുന്നു സുദാമലിന്റെ നിർദ്ദേശം. അതുകൊണ്ടുതന്നെ അപരിചിതൻ ജയിലറയ്ക്കുള്ളിൽ കടന്നുതന്നെ കാണണമെന്ന് ശഠിച്ചപ്പോൾ ജനറൽ അല്പം അസന്തുഷ്ടനായി.

‘‘അതു നടപ്പില്ല.’’

‘‘എന്തുകൊണ്ട്? തനിക്ക് ആവശ്യത്തിനുള്ള പൈസ തന്നിട്ടുണ്ട് എന്നാണല്ലോ എന്റെ അറിവ്?’’

‘‘ഉള്ളിൽ കടന്നുകാണാനുള്ള പൈസ കിട്ടിയിട്ടില്ല.’’ അപരിചിതന് ദേഷ്യം വരുന്നുണ്ടെന്ന് വ്യക്തമായിരുന്നു.

മുഖം മൂടിയിരുന്ന പുതപ്പ് മാറ്റിക്കൊണ്ട് അയാൾ പറഞ്ഞു.

‘‘യുവരാജാവായ സലീമിന്റെ കൽപ്പനയാണ്. ജയിലറ തുറക്കൂ. അല്ലെങ്കിൽ നിന്റെ കൈക്കൂലി വ്യവഹാരങ്ങളെല്ലാം ചക്രവർത്തിയുടെ മുൻപിൽ വച്ചുതന്നെ തീർക്കേണ്ടി വരും.’’

തന്റെ മുൻപിൽ നിൽക്കുന്നത് യുവരാജാവ് തന്നെയെന്ന് ഒരു നടുക്കത്തോടെ ജനറൽ ബേഗ് അപ്പോഴാണ് തിരിച്ചറിഞ്ഞത്.

തണുത്ത് വിറങ്ങലിച്ച നിലത്ത് അവശയായി കിടക്കുന്ന അനാർക്കലിയെ കണ്ട് സലീമിന്റെ മനം തകർന്നു. ഇത്രയും വലിയ ശിക്ഷയിലേക്ക് നയിച്ച ദുരൂഹ സംഭവഗതികളുടെ ആഘാതത്തിൽ നിന്ന് അപ്പോഴും സലീമിന്റെ മനസ്സ് മുക്തമായിരുന്നില്ല.

സലീമിനെ കണ്ട് ക്ഷീണത്തോടെ എഴുന്നേൽക്കാൻ ശ്രമിച്ച അവളെ തടഞ്ഞുകൊണ്ട് അവൻ അവളുടെ അരികിൽ മുട്ടുകുത്തിയിരുന്നു.

നൃത്തത്തിന്റെ വേഷവിധാനത്തോടെയായിരുന്നു അവൾ അപ്പോഴും. ക്ഷീണിതയായി അവശയായി കിടക്കുമ്പോഴും തികഞ്ഞ സുന്ദരി തന്നെ. വെള്ളത്തിൽ പ്രതിഫലിച്ച ചന്ദ്രബിംബം പോലെയാണ് ആ

നൃത്തവസ്ത്രത്തോടെ കിടക്കുന്ന സുന്ദരിയെ കണ്ടപ്പോൾ സലീമിന് തോന്നിയത്.

‘‘വിഷമിക്കരുത്! നിനക്ക് ഞാനുണ്ട്, നമുക്ക് തീർച്ചയായും രക്ഷപ്പെടാം.’’ പതിഞ്ഞ സ്വരത്തിൽ സലീം പറഞ്ഞു.

‘‘എങ്ങോട്ട്?’’ ക്ഷീണിച്ച പുഞ്ചിരിയോടെ അനാർക്കലി ചോദിച്ചു.

‘‘അതെല്ലാം എന്റെ മനസ്സിലുണ്ട്. പുറത്ത് രണ്ട് കുതിരകൾ തയ്യാറാണ്.’’

‘‘എനിക്ക് താങ്ങായി ഉണ്ട് എന്നു പറഞ്ഞതുതന്നെ ധാരാളം. ഞാൻ കാരണം സലീം വിഷമത്തിൽ ചാടരുത് എന്നു മാത്രമേയുള്ളൂ എനിക്ക്. തടവറയോ ഒരുപക്ഷേ മരണമോ. ഒന്നും വളരെ വലിയ പ്രതിസന്ധികളായി എന്തുകൊണ്ടോ ഇപ്പോൾ എനിക്കു തോന്നുന്നില്ല.’’

‘‘അനാർക്കലീ, നീ എന്നെ സംബന്ധിച്ച് എന്റെ സ്വാർത്ഥതയും സന്തോഷവും ആണ്. എന്തുകൊണ്ടോ നിന്റെ സൗന്ദര്യം വ്യത്യസ്തതയാർന്നതും നിർമ്മലവുമായി എനിക്കു തോന്നുന്നു. നീ എന്റെ മാത്രമെന്ന് കരുതാനാണ് എനിക്കിഷ്ടം.’’

‘‘കളിപ്പാട്ടം നഷ്ടപ്പെട്ട കുഞ്ഞിനെപ്പോലെ ആയിപ്പോയോ സലീം.’’ ക്ഷീണിച്ച പുഞ്ചിരിയോടെ അനാർക്കലി ചോദിച്ചു.

‘‘അതൊക്കെ പോകട്ടെ, നീ എന്താണ് നൃത്തത്തിന്റെ അന്ന് വിചിത്രമായി പെരുമാറിയത്? തുടക്കത്തിലൊന്നും ഞാൻ ഏറെ കൊതിച്ചിട്ടും നീ എന്നെ ഒന്നു നോക്കുകപോലും ചെയ്തില്ല. പിന്നീട് ഒരു ഭ്രാന്തിയെപോലെ എല്ലാവരും കാൺകെ എന്റെ മുൻപിൽ വന്ന് നിന്ന് ഒരു പ്രതിമയെ പോലെ എന്നെ നോക്കിനിൽക്കുകയും ചെയ്തു. നമ്മുടെ പ്രണയത്തിന്റെ രഹസ്യപടങ്ങൾ ഉതിർന്നു വീണ് പൊതുജനമദ്ധ്യത്തിൽ വച്ച് നാം പൊടുന്നനെ നഗ്നമാക്കപ്പെട്ട പോലെയാണ് എനിക്കനുഭവപ്പെട്ടത്.’’ സലീം പറഞ്ഞു.

‘‘എനിക്കറിയില്ല സലീം, പെട്ടെന്ന് നൃത്തത്തിനിടയിൽ എന്റെ മനസ്സിൽ നിങ്ങൾ മാത്രമായി. അത് അല്ലെങ്കിലേ അങ്ങനെ തന്നെ ആയിരുന്നല്ലോ. പക്ഷേ മറ്റുള്ളവർ അറിയാതിരിക്കാൻ ഞാൻ ബോധപൂർവ്വം ശ്രമിച്ചിരുന്നു. ആ നിയന്ത്രണം പെട്ടെന്ന് എനിക്ക് നഷ്ടമായി. പക്ഷേ സത്യം പറയട്ടെ, എനിക്ക് അത് മനോഹരമായ അനുഭവമായിരുന്നു. എവിടെയും നീ മാത്രം. എന്റെ ഉള്ളിന്റെ ഉള്ളിലും പുറത്തും കണ്ണാടി മാളികയിലെ എണ്ണിയാലൊടുങ്ങാത്ത എല്ലാ കണ്ണാടികളിലും നിന്റെ മുഖം മാത്രം ഞാൻ കണ്ടു. ആ മയക്കത്തിൽ

നിന്ന് ഞാനുണർന്നത് കഫൂർ എന്റെ കൈകളിൽ തണുത്ത വിലങ്ങുകൾ അണിയച്ചപ്പോൾ മാത്രമാണ്.''

സലീമിനേയും അനാർക്കലിയേയും സ്വപ്നലോകത്ത് നിന്നും ഉണർത്തിയത് ജയിൽ അധികാരിയുടെ വാക്കുകളാണ്.

''രാജകുമാരാ, അങ്ങ്  ഇവിടെ നിന്ന് വിട വാങ്ങുന്നതാണ് അഭികാമ്യം. അക്ബർ ചക്രവർത്തി ഇവിടെ മിന്നൽ പരിശോധനയ്ക്കായി എത്തുന്നു എന്നാണ് വിവരം.''

സലീം ആലോചനാമഗ്നനായി. ഉടനടി അനാർക്കലിയെ രക്ഷപ്പെടുത്താനുള്ള പദ്ധതി നടപ്പിലാവില്ല എന്ന് മനസ്സിലായി. ഉടനടി തിരിച്ചെത്താമെന്ന് കാമുകിക്ക് വാക്കു കൊടുത്ത് അയാൾ ഇരുളിൽ മറഞ്ഞു.

അനാർക്കലി വീണ്ടും ഒറ്റയ്ക്കായി. കാരാഗൃഹത്തിനകത്തെ ഇരുട്ടും തണുപ്പും മാത്രം കൂട്ടിന്. നടന്നതെല്ലാം എന്ത്? സത്യമോ മിഥ്യയോ? അവൾ അമ്പരന്നു.

യാഥാർത്ഥ്യത്തിന്റെ തണുപ്പും വെറും സ്വപ്നംപോലെ തോന്നിച്ച സലീമിന്റെ വരവിന്റെ ഊഷ്മളതയും തമ്മിലുള്ള അന്തരം വളരെ വലുതായിരുന്നു.

# മുറുകുന്ന കാരിരുൾക്കുരുക്കുകൾ

''ശബ്ദമല്ല, വാക്കുകളെയാണ് ഉയർത്തേണ്ടത്. മഴയാണ് സസ്യങ്ങളെ പൂവിടാൻ സഹായിക്കുന്നത്. ഇടിമുഴക്കമല്ല.''

– റൂമി

**ജാ**തിഭേദം ഒരു പ്രശ്നം ആയിരുന്നില്ലെങ്കിലും അന്തസ്സ്, ആഭിജാത്യം എന്നിവയ്ക്ക് അക്ബർ വലിയ വില കൽപ്പിച്ചിരുന്നുവെന്ന് റാണി ജോധയ്ക്ക് അറിയാമായിരുന്നു.

''ഹിന്ദുസ്ഥാനത്തിന്റെ ഭാവി ചക്രവർത്തി ഇങ്ങനെ നിരുത്തരവാദപരമായി പെരുമാറുന്നതിലാണ് എന്റെ ദുഃഖം.'' അക്ബർ പത്നി ജോധയോട് പറഞ്ഞു.

''യുവാക്കൾ സ്നേഹിക്കുന്നത് ഉത്തരവാദിത്വം ഇല്ലായ്മയാണോ പ്രഭോ?''

''ഇത് സ്നേഹമായി തോന്നുന്നില്ല. ഒരു പെണ്ണിന് കൊടുത്ത വാക്കിൽ ഒരാണ് കുടുങ്ങി എന്നുമാത്രം.''

''അത് അങ്ങയുടെ അഭിപ്രായം മാത്രമല്ലേ?''

''ഇത് മനസ്സിലാക്കാൻ തല പുണ്ണാക്കേണ്ട ആവശ്യമില്ല. നൃത്തത്തിനു ശേഷം അനാർക്കലിയുടെ പെരുമാറ്റം എല്ലാവരും കണ്ടതല്ലേ ജോധാ? ഒരു പെണ്ണിനെപോലെ ചിന്തിക്കുന്നതുകൊണ്ടാണ് നിനക്കത് മനസ്സിലാക്കാൻ പറ്റാത്തത്. എന്തായാലും രാജകുമാരനെ ഈ ഊരാക്കുടുക്കിൽ നിന്നും രക്ഷപ്പെടുത്തുന്നത് നമ്മുടെ കടമ തന്നെ.''

''മകനെ ഈ സങ്കടക്കടലിൽ നിന്ന് രക്ഷപ്പെടുത്തേണ്ടത് നമ്മുടെ കടമ തന്നെയാണ്.'' ജോധയുടെ ശബ്ദത്തിൽ വേദനയുണ്ടായിരുന്നു.

അപ്പോഴാണ് അക്ബർ വിളിപ്പിച്ചതനുസരിച്ച് കാമിനി എത്തിയത്. അക്ബറിന്റെ മുന്നിൽ ഭവ്യതയോടെ നിൽക്കവേ കാമിനി ആലില പോലെ വിറയ്ക്കുന്നുണ്ടായിരുന്നു. ചക്രവർത്തിയുടെ മുഖത്തെ നിരാശയും ദേഷ്യവും അവൾക്ക് പെട്ടെന്ന് തിരിച്ചറിയാൻ കഴിഞ്ഞു.

''സത്യം പറയൂ കാമിനി, സലീമും അനാർക്കലിയും സ്നേഹത്തി ലാണെന്ന് നിനക്കറിയാമായിരുന്നില്ലേ?'' ഇടിവെട്ടുംപോലെ അക്ബർ ചോദിച്ചു.

അവൾ ഒന്നും മിണ്ടാതെ തല കുനിച്ചു.

''നൃത്തം നടന്നുകൊണ്ടിരിക്കുമ്പോൾ നീ അവരെത്തന്നെ നോക്കി ക്കൊണ്ടിരിക്കുന്നതായി എനിക്ക് തോന്നിയിരുന്നു. കണ്ണാടിയിലെ പ്രതിഫലനത്തിലൂടെ കണ്ടിരുന്ന അവരുടെ ചെയ്തികൾ അവഗണി ക്കുക നമുക്ക് പ്രയാസമുള്ള കാര്യമായിരുന്നു. പക്ഷേ, നിനക്ക് എല്ലാം അറിയാമായിരുന്നുവെന്ന് നമുക്ക് അപ്പോഴേ തീർച്ചയുണ്ടാ യിരുന്നു.''

''ക്ഷമിക്കണം ചക്രവർത്തീ. എനിക്കറിയാമായിരുന്നു.''

''എന്നിട്ടും എന്നോട് പറയാതിരുന്നതിനുള്ള കാരണം?''

''അവർ തമ്മിൽ ഉദ്യാനത്തിൽ നടന്ന സ്നേഹസംഭാഷണങ്ങൾ ഞാൻ ഒളിഞ്ഞുനിന്ന് കേട്ടെന്ന് മനസ്സിലാക്കിയ സലീം എന്നെ ഭീഷണിപ്പെടുത്തി. അങ്ങയോട് ആ രഹസ്യം പറഞ്ഞാൽ എനിക്ക് സലീം രാജകുമാരനോട് അനുരാഗം ഉണ്ടായിരുന്നു എന്നും അത് നടക്കാത്തതിലുള്ള രോഷം കാരണം ഞാൻ ഒരു നുണ മെനഞ്ഞു ണ്ടാക്കുകയാണെന്നും അങ്ങയെ പറഞ്ഞ് വിശ്വസിപ്പിക്കുമെന്നും അദ്ദേഹം പറഞ്ഞു.''

''ഇതു ഞാൻ വിശ്വസിക്കണോ?''

''സത്യമാണ്. മാത്രമല്ല, മറ്റൊരു കാര്യം കൂടി അനാർക്കലി സലീമി നോട് പറയുന്നത് ഞാൻ കേട്ടു.''

''അതെന്ത്?''

''സലീമിനും അനാർക്കലിക്കും ഇടയിലുള്ള മതിൽ അങ്ങാണെന്ന്. അതുപോലെത്തന്നെ സലീമിനും ചക്രവർത്തിപഥത്തിനും ഇടയി ലുള്ള തടസ്സവും അങ്ങുതന്നെ എന്നും അവൾ പറഞ്ഞു.''

അക്ബർ പാദുഷായും പത്നിയും ഞെട്ടലോടെ പരസ്പരം നോക്കി.

നക്ഷത്രങ്ങൾ കാണാനില്ലായിരുന്ന രാവാകാശത്തിന് താഴെ ഇരുട്ടു കട്ടപിടിക്കവേ ജോധ കിടപ്പുമുറിയിലേക്ക് മടങ്ങി.

ഒരു പ്രണയകാവ്യത്തിന് വിരാമമിടാൻ പ്രകൃതിയും ഔത്സുഹ്യം കാണിച്ചിരുന്നുവോ എന്നു തോന്നിക്കും വിധം ആ രാത്രിക്കു വല്ലാത്ത നീളമുണ്ടായിരുന്നു.

കാമിനിയും ജോധയും മടങ്ങിയതിനുശേഷം അക്ബറിനെ കാണാൻ ഒരാൾകൂടി കാത്തുനിന്നിരുന്നു. മറ്റാരുമല്ല, ബേഗ് സാഹിബ്. അനാർക്കലി കിടന്നിരുന്ന കാരാഗൃഹത്തിന്റെ അധിപൻ.

അൽപ്പം അസ്വസ്ഥതയോടെയാണ് അക്ബർ അദ്ദേഹത്തോട് സംസാരിച്ചത്.

‘‘താങ്കൾ ഈ അസമയത്ത് തന്നെ കാണാൻ നിർബന്ധം പിടിച്ചതിന്റെ ഉദ്ദേശ്യം?’’

‘‘സില്ലേ ലാഹി! വളരേ പ്രധാനപ്പെട്ട ഒരു കാര്യം ഉണർത്തിക്കാനുണ്ട്.’’

‘‘പറയൂ.’’

‘‘അനാർക്കലിയെ കാണാൻ തടവറയിലേക്ക് സലീം രാജകുമാരൻ വന്നിരുന്നു.’’

‘‘അതെങ്ങനെ സാധിക്കും? അവൻ എങ്ങനെ തടവറയ്ക്കുള്ളിൽ കടന്നു?’’

‘‘ബലമായിട്ടായിരുന്നു, വാൾമുനയാൽ ഞങ്ങളെ ഭീഷണിപ്പെടുത്തി.’’

‘‘എന്നിട്ട്?’’

‘‘അനാർക്കലിയെ രക്ഷപ്പെടുത്താനുള്ള ഉദ്ദേശ്യം ആയിരുന്നു. ‘അക്ബർ ചക്രവർത്തി വരുന്നുണ്ട്’ എന്നു പറഞ്ഞ് ഞാൻ അവരുടെ ശ്രദ്ധതിരിക്കാൻ ശ്രമിച്ചു. അതു കേട്ട് സലിം ഭയന്ന് പിൻവാങ്ങും എന്നാണ് ഞാൻ കരുതിയത്, പക്ഷേ സലീം അനാർക്കലിയുടെ ഉപദേശത്തിന് ചെവി കൊടുക്കുകയാണ് ചെയ്തത്.’’

‘‘ഓഹോ, എന്തായിരുന്നു അവളുടെ ഉപദേശം?’’

‘‘അത്.... ചക്രവർത്തിയെ ഒരു വീരനെ പോലെ വാളുകൊണ്ട് തന്നെ എതിരിടണം എന്നായിരുന്നു അവൾ പറഞ്ഞത്.’’

‘‘എന്തിനുവേണ്ടി?’’ ആശ്ചര്യത്തോടെ അക്ബർ ചോദിച്ചു.

‘‘അവരുടെ ഇടയിലെ മതിൽ അങ്ങാണ് എന്നാണവൾ അഭിപ്രായപ്പെട്ടത് പ്രഭോ.’’

അക്ബർ ചക്രവർത്തി വൈകാരിക വിക്ഷോഭത്തോടെ ഇരിപ്പിടത്തിൽ നിന്നെണീറ്റു.

‘‘അപ്പോൾ ഞാനാണവർക്കിടയിലെ പ്രേമത്തിന് തടസ്സമായ മതിൽ അല്ലേ? അത് തന്നെയാണല്ലോ ദിലറാമും കേട്ടത്. എന്നാൽ ശരി, ഒരു മതിൽ തന്നെ നാദിറയ്ക്ക് കൊടുത്തു കളയാം, അല്ലേ ബേഗ്?’’

"മനസ്സിലായില്ല പ്രഭോ."

"രാജ്യത്തിനെതിരെ ഉപജാപം നടത്തുന്നവർക്കുള്ള ശിക്ഷ താങ്കൾക്കറിയില്ലേ ബേഗ്? മരണമണ്ഡപം കെട്ടി അവളെ ജീവനോടെ അതിനുള്ളിൽ കുഴിച്ചു മൂടൂ."

"പ്രഭോ."

"ബേഗ്, നിങ്ങൾ ഇതു നടപ്പാക്കാനുള്ള ഹൃദയകാഠിന്യമുള്ളവനല്ല എന്നുണ്ടോ? അക്ബർ ഒന്നു പറഞ്ഞാൽ അത് കൽപ്പന തന്നെയാണ്. കിരീടാവകാശിപഥം ഒരു കുട്ടിക്കളിയല്ലെന്ന് അവൾക്കുള്ള മരണദണ്ഡനം യുവരാജാവിനെ ബോദ്ധ്യപ്പെടുത്തട്ടെ. താങ്കൾക്ക് ഇനി പോകാം."

കൊടുങ്കാറ്റുപോലെ മുഗൾ സാമ്രാട്ട് അകത്തേക്ക് നടന്നു.

ബേഗ് സാഹബിന്റെ മുഖപേശികൾ ഒരു മാത്ര വലിഞ്ഞു മുറുകി. ചക്രവർത്തിയെ വണങ്ങി പുറത്ത് കടന്നു. രാത്രിയേറെ വൈകി. മരവിക്കുന്ന തണുത്ത കാറ്റ് ഒരു നിമിഷം അത് തങ്ങിനിന്ന മാതളത്തിന്റെ പൂങ്കുല കൊഴിച്ചുകൊണ്ട് കടന്നുപോയി.

മുകളിൽ കാവൽമാടത്തിന്റെ മിനാരത്തിന്റെ മുനയുടെ അറ്റം വിളറിയ ചന്ദ്രബിംബത്തിലേക്ക് നീണ്ടു കിടന്നു.

## കുറ്റവും ശിക്ഷയും

''ഞാൻ ഈ വെറും മുടിയോ ചർമ്മമോ അല്ല,
ഉള്ളിൽ വസിക്കുന്ന ആത്മാവാണ്.''

- ജലാലുദ്ദീൻ റൂമി

**പു**റത്ത് എന്താണ് സംഭവിക്കുന്നതെന്ന് ഒരുപിടിയും കിട്ടാതെ അനാർക്കലി ആ കാരാഗൃഹത്തിനുള്ളിൽ കിടന്നു. സലീം വന്ന് രക്ഷിക്കും എന്നുതന്നെ അവൾ ദൃഢമായി വിശ്വസിച്ചു.

സ്നേഹത്തിൽ അവൾക്ക് അപ്പോഴും വിശ്വാസം ഉണ്ടായിരുന്നു. അക്ബർ ഒരു പരിധിക്കപ്പുറം കർക്കശക്കാരനാവില്ലെന്ന് അവൾ ആശിച്ചു. ഒന്നുമല്ലെങ്കിലും തന്റെ അമ്മായി അച്ഛൻ ആണല്ലോ, അദ്ദേഹത്തോട് എപ്പോഴും സ്നേഹവും ബഹുമാനവും മാത്രമേ അവൾക്ക് തോന്നിയിരുന്നുള്ളൂ.

നിശ്ശബ്ദതയുടെ ഇടനാഴികളിലൂടെ ഘനീഭവിച്ച ചില കാൽ ശബ്ദങ്ങൾ കേട്ടപ്പോൾ അവൾക്ക് ആശയോ നിരാശയോ തോന്നി യില്ല. വന്നവരിൽ ഒരാൾ കഫൂർ ആയിരുന്നു. ആജ്ഞകൾ നിറ വേറ്റാൻ വേണ്ടി മാത്രം ജീവിക്കുന്ന വ്യക്തിത്വം ഇല്ലാതായിപ്പോയ ഹിജഡ, ഒരു നിശ്ശബ്ദ നിസ്സഹായൻ, മറ്റേത് ജനറൽ ബേഗും.

അത്യന്തം ഹൃദയരഹിതനായ ആ ജനറൽ പക്ഷേ ആ രാത്രി യിൽ അല്പം വ്യത്യസ്തനായി തോന്നിച്ചിരുന്നു. ആരോരുമില്ലാതെ, സ്നേഹത്തിന്റെ മതിലിനുള്ളിൽ മരിക്കാൻ പോകുന്ന ആ ലോല യായ പെൺകുട്ടിയോട് അയാൾക്ക് അലിവു തോന്നിത്തുടങ്ങിയി രുന്നു. ഔന്നത്യം ചവിട്ടിയരച്ച താഴെക്കിടയിൽ ഉള്ളവരുടെ ഒരു പ്രതിനിധിയാണ് ഈ പെൺകുട്ടിയെന്ന് അയാൾക്ക് തോന്നി. താഴ്ന്നവരുടെ ആഗ്രഹങ്ങൾ, മോഹങ്ങൾ ഇവയ്ക്ക് ഏതെങ്കിലും കാലത്ത് പ്രസക്തി ഉണ്ടാവുമോ? അയാൾ രോഷാകുലനായി കാറിത്തുപ്പി.

“വരൂ മകളെ..” അയാൾ പറഞ്ഞു. അയാളിൽ നിഴലിച്ച സൗമ്യതയും ദുഃഖവും എന്തൊക്കെയോ കാര്യങ്ങൾ അനാർക്കലിയോട് നിശ്ശബ്ദമായി പറഞ്ഞു.

ഭീകരമായ ഒരു ഭീതിയിൽപെട്ട് രാത്രി മൂകതയിലാണ്ടു.

എന്തോ കാരണത്താൽ വിറങ്ങലിച്ച രാപ്പാടികൾ അവരുടെ വിഷാദരാഗങ്ങൾ പോലും പാടാൻ മറന്നിരിക്കുന്നു. അപ്പോഴും അവൾ ആശിച്ചു, ഇപ്പോൾ അവൻ വന്നേക്കും. കുതിരകളുടെ കുളമ്പടിനാദത്തോടെ വന്ന് തന്നെ പുഷ്പംപോലെ പൊക്കിയെടുത്ത് മാറിലേറ്റുന്ന തന്റെ കാമുകനെ കാണാനായി അവളുടെ മിഴികൾ തുടിച്ചുകൊണ്ടേയിരുന്നു.

അനാർക്കലി വിധിയുടെ ഹസ്തങ്ങളിലേക്ക് ഒരു സ്വപ്നാടകയെപ്പോലെ നടന്നുകൊണ്ടിരുന്ന അതേ രാത്രിയിൽ മറ്റൊരിടത്ത് സലീം തന്റെ നിദ്രയിൽ നിന്ന് വിട്ടുമാറാത്ത ഒരു തലവേദനയോടെ ഉണർന്നെണീക്കുകയായിരുന്നു. തനിക്ക് ജയിലിലെ അധികാരി എന്തോ ഒരു ദ്രാവകം കുടിക്കാൻ തന്നതു മാത്രമായിരുന്നു അവന്റെ ഓർമ്മയിൽ അവസാനമായി ഉണ്ടായിരുന്നത്.

താൻ എങ്ങനെ തിരിച്ച് ഉറക്കറയിൽ എത്തി എന്ന് അവന് അറിയുന്നുണ്ടായിരുന്നില്ല.

സുഖകരമല്ലാത്ത, അവ്യക്തമായ എന്തോ അവന്റെ ചിന്തകളെ ചൂഴ്ന്നു നിന്നു.

കാമിനി സലീമിന്റെ ഉറക്കറയിലേക്ക് അവനറിയാതെ നോക്കിക്കൊണ്ട് നിൽപ്പുണ്ടായിരുന്നു. അവൻ ഉറക്കം വിട്ടെഴുന്നേറ്റു എന്ന് അവൾക്ക് മനസ്സിലായി. സ്വന്തം പ്രേയസി ഉയരുന്ന മരണമണ്ഡപത്തിനിടയിൽപെട്ട് ശ്വാസംമുട്ടി പിടഞ്ഞു മരിക്കുന്നത് അറിയാതെ ഉറങ്ങുന്ന പമ്പരവിഡ്ഢി. അവൾ പുഞ്ചിരിച്ചു.

അവൾ അനാർക്കലിയെക്കുറിച്ച് ആലോചിച്ചു. എന്തായിരിക്കും അവൾ ഇപ്പോൾ ചിന്തിച്ചുകൊണ്ടിരിക്കുന്നത്? മരണം മുന്നിൽ കാണുമ്പോഴും ആ പൊട്ടിപ്പെണ്ണ് രാജകുമാരനെ സ്വപ്നം കാണുന്നുണ്ടായിരിക്കും. അതോർത്തപ്പോൾ ക്രൂരമായ ഒരു മന്ദഹാസം ദിലറാമിന്റെ മുഖത്ത് വിരിഞ്ഞു.

സുദാമലിന്റെ വരവ് ദിലാറാമിനെ തിരശ്ശീലയുടെ മറവിലേക്ക് ഒളിപ്പിച്ചു. കട്ടിലിൽ അനിശ്ചിതത്വം നിറഞ്ഞ മുഖവുമായി ഇരിക്കുന്ന തന്റെ സ്നേഹിതനോട് എന്തു പറയും എന്നറിയാതെ സുദാമൽ നിശ്ചലനായി നിന്നു.

സത്യം അറിയാതെയാണ് അവന്റെ ഇരിപ്പെന്ന് സുദാമലിന് മനസ്സിലായി. ഒരു ജീവൻ പൊലിഞ്ഞിരിക്കുന്നു. എത്രയോ ജീവനുകൾ സ്വന്തം കൈകൊണ്ട് അരിഞ്ഞിട്ട ധീരനായ രാജകുമാരന് സഹിക്കാനാവാത്ത ഒരു കാര്യമല്ല തീർച്ചയായും അത്. അയാളെ സംബന്ധിച്ച് സാധാരണ ഒരു ജീവനല്ല എന്നതാണ് കാര്യം. അവൻ ഹൃദയത്തോട് ചേർത്ത് പിടിച്ച ഒരു പാവം പെൺകുട്ടി കൊല ചെയ്യപ്പെട്ടിരിക്കുന്നു.

കുറ്റം: രാജ്യാവകാശിയായ ഒരു ഉന്നതകുലജാതനെ സ്നേഹിച്ചു.

ശിക്ഷാരീതി: ജീവനോടെ നിർത്തി ചുറ്റും ഇഷ്ടികകൊണ്ട് മതിൽ കെട്ടി ഉയർത്തി ശ്വാസം മുട്ടിച്ച് കൊല്ലുക.

ഇത്രയും ക്രൂരമായ വധശിക്ഷ നടപ്പാക്കുന്നതോ നീതിമാനെന്ന് വരും കാലം വാഴ്ത്തപ്പെടാനിടയുള്ള ചക്രവർത്തി അക്ബറും. ഇതൊക്കെ അറിയാതെ, താൻ മൂലം ഇതാ ഒരു പെൺകുട്ടി കുരുതി കൊടുക്കപ്പെട്ടു കഴിഞ്ഞു എന്നറിയാതെയാണ് അവന്റെ ഇരിപ്പ്.

സ്വന്തം കൂട്ടുകാരന് മുമ്പിൽ ഇത്തരം ചിന്തകളുമായി ഒരു പ്രതിമ കണക്കെ സുദാമൽ നിന്നുപോയി.

## ചുരുളഴിയുന്ന രഹസ്യങ്ങൾ

''വെള്ളത്തിൽ മുങ്ങി മരിക്കാൻ പോകുന്ന ഒരാൾക്ക് മഴ പ്രശ്നമാകുന്നില്ല.''

- ജലാലുദ്ദീൻ റൂമി

''സലീം...''

പതുക്കെ സുദാമൽ സുഹൃത്തിനെ വിളിച്ചു.

സന്തോഷം നിറഞ്ഞ ശബ്ദത്തിൽ മാത്രം ആ വിളി കേട്ടിട്ടുള്ള സലീം ദുഃഖസ്വരത്തിലുള്ള, ഈ വിളിയുടെ കാരണമറിയാതെ സുദാമലിനെ നോക്കി.

മൗനത്തിന്റെ തിരശ്ശീലകൾ അവർക്കിടയിൽ സംവദിച്ചു. എന്തൊക്കെയോ സലീമിന് മനസ്സിലായി.

''പറയൂ സുദാമൽ, അവൾ ജീവിച്ചിരിപ്പില്ലേ?'' അവൻ പൊടുന്നനെ ചോദിച്ചു.

ഉത്തരം ഉണ്ടായില്ല.

ദുഃഖത്തിന്റെ, ചെറുപ്പം മുതലുള്ള അവഗണനകളുടെ, രാജകുമാരൻ എന്ന അധികഭാരത്തിന്റെ, കുത്തുവാക്കുകളുടെ, ഒന്നാമനായ പിതാവിന് മുൻപിൽ രണ്ടാമനാവേണ്ടി വന്നത് - വർഷങ്ങളായി മനസ്സിൽ അടിഞ്ഞുകിടന്ന ഇത്തരം വികാരങ്ങൾ പൊടുന്നനെ സലീമിന്റെ ഉള്ളിൽ മിന്നിമറഞ്ഞു.

കട്ടിലിന് അരുകിലായി മനോഹരമായ സിംഹപാദുകങ്ങളോടെ ഉള്ള ഇരിപ്പിടത്തിന് മുകളിൽ പ്രതിഷ്ഠിച്ചിരുന്ന ചുവന്ന രത്നം പതിച്ച പിടിയുള്ള വെള്ളി ഉറയോട് കൂടിയ പ്രിയപ്പെട്ട തന്റെ കത്തി കയ്യിൽ എടുത്ത് സുദാമലിന്റെ കയ്യിൽ കൊടുത്ത് സലീം പറഞ്ഞു

''പ്രിയ സുഹൃത്തേ, ഒരുപകാരം ചെയ്യുമോ? ഇതൊന്ന് എന്റെ നെഞ്ചത്ത് കുത്തിയിറക്കി തരാമോ?''

ചൂടുള്ള കണ്ണീർ പതുക്കെ സലീമിന്റെ മുഖത്ത് നിന്ന് ഒഴുകിയിറങ്ങിത്തുടങ്ങിയിരുന്നു. അവന്റെ മനസ്സിൽ അന്ധകാരത്തിലെ വെളിച്ചംപോലെ അവന്റെ പ്രാണസഖിയുടെ മുഖം തെളിഞ്ഞു നിന്നിരുന്നു.

**കൊ**ടുങ്കാറ്റു പോലെ ഓടിയടുത്തുകൊണ്ടിരിക്കുന്ന നൂപുരധ്വനികൾ. കത്തുന്ന കണ്ണുകളോടെ സുരയ്യ സലീമിന്റെ മുന്നിലേക്ക് മിന്നിപ്പായുന്ന നിഴൽപോലെ കയറി വന്നു. കണ്ണീർ പടലം മൂടുപടമിട്ട ആ മുഖം തിരിച്ചറിയാൻ സലീം സമയമെടുത്തു.

''കൊള്ളാം, കുമാരാ, എന്റെ ചേച്ചി ഇഷ്ടികകൾക്കിടയിൽ ശ്വാസം മുട്ടി മരിക്കുമ്പോൾ നിങ്ങൾ ഇവിടെ ദുഃഖം അഭിനയിച്ചു തീർക്കുകയാണല്ലേ?''

മറുപടി പറയാൻ ഉണ്ടായില്ല സലീമിന്.

''ഒരു പുരുഷനുമായി പ്രണയത്തിൽ വീഴുക എന്നതിൽപരം വിഡ്ഢിത്തം നിറഞ്ഞ കാര്യം ഒരു സ്ത്രീക്ക് ചെയ്യാനാവില്ലെന്ന് ഇന്ന് ഞാൻ മനസ്സിലാക്കി. ആഗ്രഹിച്ച പെണ്ണിനെ സ്വന്തമാക്കാൻ മതിയായ ഒരു പ്രയത്നവും എടുക്കാതെ ഇപ്പോൾ വൃഥാ കണ്ണീർ പൊഴിക്കുന്ന നിങ്ങളെ എന്റെ ചേച്ചി എങ്ങനെ സ്നേഹിച്ചു എന്നതാണ് എന്നെ അദ്ഭുതപ്പെടുത്തുന്ന കാര്യം.''

തല കുനിച്ചിരുന്ന സലീമിന്റ ദൃഷ്ടികൾ അപ്പോഴാണ് തിരശ്ശീലയ്ക്കടിയിലെ കറുപ്പിൽ അലിഞ്ഞു ചേർന്നെന്നോണം കാണപ്പെട്ട കാൽപ്പാദങ്ങൾ കണ്ടത്. കയ്യിലിരുന്ന കത്തി കൊണ്ടുതന്നെ പൊടുന്നനെ സലീം തിരശ്ശീല നീക്കി. അതിന് പിൻപിൽ വിറച്ചുകൊണ്ട് ഭീതി കലർന്ന മിഴികളോടെ കാമിനി നിൽപ്പുണ്ടായിരുന്നു.

ഒരു കുറ്റവാളിയുടെ മുഖഭാവത്തോടെ വല്ലാതെ പേടിച്ചരണ്ടു പോയിരുന്നു കാമിനി. ആ തണുത്ത രാത്രിയിലും വിയർത്തൊഴുകിയിരുന്ന മുഖവുമായാണ് അവൾ തിരശ്ശീലയ്ക്ക് പിന്നിൽ നിന്നിരുന്നത്. കത്തികൊണ്ട് തിരശ്ശീല മാറ്റി അവളെ കണ്ടപ്പോൾ അത്തരം ഒരവസ്ഥയിൽ കാമിനിയെ അതുവരെ കണ്ടിട്ടില്ലാത്തതുകൊണ്ട് തീർത്തും പരിചിതമല്ലാത്ത ഒരു മുഖത്ത് നോക്കേണ്ടി വന്ന അനുഭവമായിരുന്നു സലീമിന്.

''എന്നെ ഒന്നും ചെയ്യരുത്.''

നീട്ടിപ്പിടിച്ച കത്തിമുനയ്ക്ക് നേരെ നോക്കി അവൾ നിലവിളിച്ചു.

സലീമിന്റെ കൂടെ സുദാമലിനേയും സുരയ്യയേയും കൂടി കണ്ടതോട കാമിനിയുടെ ശ്വാസഗതി കൂടി. മരണം തൊട്ടു മുന്നിൽ തന്നെയാണെന്ന് അവൾക്ക് മനസ്സിലായി.

''അനാർക്കലി മരിച്ചിട്ടില്ല.'' അവൾ ഉറക്കെ വിളിച്ചു പറഞ്ഞു.

സ്വന്തം ജീവൻ രക്ഷിക്കാൻ ആ മാന്ത്രിക വാചകത്തിന് മാത്രമേ കഴിയുകയുള്ളൂ എന്നുള്ള പെട്ടെന്നുള്ള തോന്നലാണ് അവളെക്കൊണ്ട് അങ്ങനെ പറയിച്ചത്.

''എവിടെയാണവൾ?'' ചോദ്യം സുരയ്യയുടേതായിരുന്നു.

പെട്ടെന്ന് തന്നെ ചതുരൻ കല്ലുകൾകൊണ്ട് പണിതുയർത്തിക്കൊണ്ടിരിക്കുന്ന ആ മരണമണ്ഡപം നിലകൊള്ളുന്ന കാട്ടുപ്രദേശത്തെക്കുറിച്ച് അവൾ പറഞ്ഞുകൊടുത്തു. രാജകൽപ്പനയ്ക്കനുസരിച്ച് അത് പണിതുയർത്തിക്കൊണ്ടിരിക്കുന്ന രാജശിൽപ്പിയെക്കുറിച്ചും പിന്നെ അതിനുള്ളിൽ പിടയുന്ന മാടപ്രാവിനെപ്പോലെ ശ്വാസംമുട്ടി മരിക്കാനൊരുങ്ങുന്ന ആ സുന്ദരിയെക്കുറിച്ചും.

സ്വന്തം ജീവിതം ഉറപ്പാക്കാൻവേണ്ടി കാമിനി വീണ്ടും പറഞ്ഞു.

''അവൾ മരിച്ചിട്ടില്ല, ഇനിയും സമയമുണ്ട്.''

വളരെ പെട്ടെന്ന് ആരും ചോദിക്കാതെ തന്നെ കാമിനി സത്യങ്ങൾ മുഴുവൻ വെളിപ്പെടുത്തി.

സലീമിനോട് അവൾക്ക് പ്രണയം തോന്നിയത്...

അത് തിരിച്ചു കിട്ടാതെ വന്നപ്പോൾ അനുഭവിച്ച വൻ നിരാശ...

അനാർക്കലിയോടാണ് അവന് ഇഷ്ടം എന്ന് മനസ്സിലായപ്പോൾ തോന്നിയ അസൂയ...

നർത്തനം മത്സരമായി മാറിയ കണ്ണാടി മാളികയിലെ ആ വേദി...

പ്രണയം നിറഞ്ഞ കടാക്ഷങ്ങൾ പരസ്പരം കൈമാറുന്നതിൽ ആണ്ടുപോയി ലോകം മറന്ന രണ്ടു കമിതാക്കൾ...

അത് ചക്രവർത്തി കാണുന്നതുപോലെ കണ്ണാടികൾ സജ്ജീകരിച്ച സ്വന്തം കുശാഗ്രബുദ്ധി...

മനപ്പൂർവ്വം വെള്ളത്തിന് പകരം അനാർക്കലിക്ക് മദ്യം കൊടുത്തത്...

അക്ബർ ചക്രവർത്തിക്ക് അനാർക്കലിയോടുള്ള സ്നേഹം നഷ്ടപ്പെടുത്താൻ നടത്തിയ മറ്റ് ശ്രമങ്ങൾ...

നിഷ്കളങ്കയായ നർത്തകി എന്ന നിലയിൽ നിന്ന് പുത്രനെ വശീകരിക്കാൻ ശ്രമിക്കുന്ന അഭിസാരിക എന്ന നിലയിൽ എത്തിച്ചത്...

മല്ലിക ഇ ഹിന്ദുസ്ഥാൻ അതായത് ഹിന്ദുസ്ഥാനത്തിന്റെ ചക്രവർത്തിനി ആകാനാണ് അനാർക്കലിയുടെ ആഗ്രഹം എന്ന നിലയിൽ താൻ അക്ബറിനെ തെറ്റിദ്ധരിപ്പിച്ചത്...

ഒരു പിതാവിന്റെയും പുത്രന്റെയും അഗാധസ്നേഹത്തിന് നടുവിൽ മതിൽ കെട്ടാൻ അനാർക്കലി ശ്രമിക്കുന്നു എന്നു വരുത്തിത്തീർക്കുന്നതിൽ വിജയിച്ചത്...

മതിലുകൾ എന്നു കേട്ടപ്പോൾ രോഷം പൂണ്ട ചക്രവർത്തി ഒരു നിമിഷത്തെ കോപാന്ധതയിൽ ജീവനോടെ അനാർക്കലിയെ മതിലിനുള്ളിൽ തന്നെ കുഴിച്ചുമൂടാൻ കൽപ്പിച്ചത്. ഒരു അസൂയയിൽ നിന്ന് തുടങ്ങി വളർന്ന് പന്തലിച്ച ഒരു പെണ്ണിന്റെ പകയിൽ കുടുങ്ങിപ്പോയ ഹതഭാഗ്യയായ മറ്റൊരു പെണ്ണിന്റെ കഥ.

# മരണമണ്ഡപത്തിൽ

''പ്രാണേശ്വരനും പ്രണയിനിക്കും
ഇടയിലെ പാലമാണു മരണം.''
- ഹസ്രത്ത് റാബിയ

**ത**ന്റെ മരണത്തിലേക്കുള്ള ചവിട്ടുപടികളെന്ന പോലെ പടുത്തുയർത്തപ്പെട്ട ആ മരണമണ്ഡപത്തിനുള്ളിൽപെട്ട് ശ്വാസഗതി മന്ദഗതിയിൽ ആയിപ്പോയ നിലയിലായിരുന്നു അനാർക്കലി.

തല പെരുത്തു കയറുന്നതുപോലെ അവൾക്ക് തോന്നി. മനസ്സിൽ സലീമിന്റെ മുഖം തെളിഞ്ഞു നിന്നു. എങ്കിലും ശൈശവം മുതൽ ഇതുവരെ ജീവിതത്തിൽ സംഭവിച്ച എല്ലാ സംഭവങ്ങളും അതിദ്രുതം അവളുടെ മനസ്സിലൂടെ മിന്നി മറഞ്ഞുപോയി.

കണ്ണീർചാലുകൾ ഉണങ്ങി നിന്ന മുഖത്തോടെയായിരുന്നു രാജശിൽപ്പിയുടെ ആജ്ഞപ്രകാരം ആ മതിൽ കെട്ടിപ്പടുത്തുകൊണ്ടിരുന്ന പണിക്കാർ ഇഷ്ടികകൾ വച്ചുകൊണ്ടിരുന്നത്. കാരണം ദൈവത്തിന് നിരക്കാത്ത ഒരു കാര്യമാണ് തങ്ങൾ ചെയ്തുകൊണ്ടിരിക്കുന്നതെന്ന് ഇതിനകം അവർക്ക് ബോദ്ധ്യമായി കഴിഞ്ഞിരുന്നു.

രാത്രിയുടെ അന്ത്യയാമങ്ങളുടെ ചിതയൊരുങ്ങി. ഉദിക്കാൻ ഒരുങ്ങുന്ന സൂര്യൻ ആകാശത്ത് തീർത്ത വർണ്ണരാജികൾ പതിയെ ഇരുട്ടിന്റെ കാഠിന്യം കുറച്ചു തുടങ്ങി.

ഈ അരണ്ട വെളിച്ചത്തിലും ഉറങ്ങിക്കടന്നിരുന്ന രവി നദിയുടെ കരയിലൂടെ കുതിച്ച് പായുന്ന ഒരു കൂട്ടം കുതിരകൾ കാണാമായിരുന്നു.

ഹര ഹർ മഹാദേവ്!!

അള്ളാഹു അക്ബർ!!

എന്ന രണ്ടു ശബ്ദങ്ങളും ഒരുപോലെ മുഴക്കിക്കൊണ്ട് പാഞ്ഞുപോയ ആ സംഘത്തിനെ നയിച്ചിരുന്നത് കൊടുങ്കാറ്റുപോലെ ഒരു

കറുത്ത കുതിരപ്പുറത്ത് അള്ളിപ്പിടിച്ചിരുന്ന ഒരു കൊച്ചു പെൺകുട്ടി യായിരുന്നു

സുരയ്യ.

സ്വന്തം കൂടപ്പിറപ്പിനെ രക്ഷിക്കുക എന്ന ഒരൊറ്റ ലക്ഷ്യംകൊണ്ട് സ്വയം യോദ്ധാവായി മാറിയവൾ.

തൊട്ടു പിന്നിലായി സുദാമൽ.

ഏറ്റവും പുറകിൽ യാഥാർത്ഥ്യവുമായുള്ള ബന്ധം നഷ്ടപ്പെട്ട രീതിയിൽ ഒരു ഭീതി സ്വപ്നത്തിലെന്നപോലെ പാഞ്ഞുകൊണ്ടിരുന്ന സലീമും!

ലാഹോർ നഗര പ്രാന്തത്തിന് വെളിയിലായി കാടുപിടിച്ചു കിടന്ന പ്രദേശത്തേക്കായിരുന്നു കുതിരകൾ കടന്നു ചെന്നത്. അവിടെ രവിനദിയുടെ കൈവഴിയെന്ന പോലെ ഒഴുകിയിരുന്ന ചെറിയ അരുവിയുടെ തീരത്തായി പൊങ്ങിവരുന്ന ഇഷ്ടികമതിൽ കാണപ്പെട്ടു.

ഇരുട്ടിൽ ആരെയും വ്യക്തമായി കാണാതിരുന്നിട്ടും സുദാമൽ പാഞ്ഞുകൊണ്ടിരുന്ന കുതിരപ്പുറത്ത് ഇരുന്നുകൊണ്ടുതന്നെ വില്ല് കുലച്ച് ശരവർഷം പൊഴിച്ചു. നുരയും പതയും വായിൽ നിന്ന് പാറിയ ആ കുതിരകൾ ചിനച്ചുകൊണ്ട് മതിലിനരികിൽ ചെന്നുനിന്നു.

നിലത്തു വീണുകിടന്ന ദേഹങ്ങളെ വക വയ്ക്കാതെ സലീം ചാടിയിറങ്ങി. മതിലിലേക്ക് പിടിച്ചു കയറി അപ്പുറത്തേക്ക് സലീം ഇറങ്ങി. അന്ത്യശ്വാസം വലിച്ചുകൊണ്ടിരിക്കുന്ന തന്റെ പ്രേയസിയെ രക്ഷിക്കാനുള്ള ഒരവസാനശ്രമം നടത്താം എന്ന നിലയിൽ.

പക്ഷേ, അവിടം ശൂന്യമായിരുന്നു. അനാർക്കലി അപ്രത്യക്ഷ യായിരിക്കുന്നു. ആ വശത്തുള്ള മതിൽ പൊളിഞ്ഞു കിടന്നിരുന്നു. അതിനപ്പുറത്താകട്ടെ രാജശിൽപ്പിയുടെ ജഡവും!

**അ**ന്നു പുലർകാലത്ത് നടന്ന ആ സംഭവവികാസങ്ങൾക്ക് ശേഷം കുറേ സമയം കഴിഞ്ഞ് മുൾത്താനിൽ നിന്ന് ഥാർ മരുഭൂമിയിലേക്ക് പ്രവേശിക്കുന്ന ഭൂഭാഗത്തിലൂടെ ഒരു ഒട്ടകത്തിനു മേൽ തളർന്ന് കിടന്ന് ഒരു പെൺകുട്ടി താളാത്മകതയോടെ സഞ്ചരിക്കുന്നത് കാണാമായിരുന്നു. അസ്തമയസൂര്യന്റെ ചെഞ്ചോപ്പുകൾ അതിനകം ചക്രവാളത്തെ വർണ്ണാഭമാക്കി തുടങ്ങിയിരുന്നു.

ഒട്ടകത്തിന്റെ കടിഞ്ഞാൺ പിടിച്ചുകൊണ്ട് ഒരു ആൾരൂപം അവൾ ക്കൊപ്പം നടക്കുന്നുണ്ടായിരുന്നു. ഖാജ എന്ന വിശസ്തനായ ഹിജഡ. സായാഹ്നം ആയിട്ടും ചൂട് വിട്ടുമാറാൻ മടി കാണിച്ചിരുന്ന

മണൽക്കാട്ടിലൂടെ ഒട്ടകത്തിനൊപ്പം തന്നെ കാലുകൾ നീട്ടിവച്ച് അയാൾ നടന്നു കൊണ്ടിരുന്നു.

ഒരു ഞരക്കം കേട്ട് ഖാജ നോക്കിയപ്പോൾ കണ്ടത് എഴുന്നേൽക്കാൻ ശ്രമിക്കുന്ന അനാർക്കലിയെയാണ്.

ഒട്ടകത്തിനെ നിർത്തിയശേഷം തുകലുറ ചെരിച്ചുകൊണ്ട് അൽപ്പം വെള്ളം അവൻ അനാർക്കലിക്ക് വീഴ്ത്തിക്കൊടുത്തു. ശ്രദ്ധാപൂർവ്വം കൂടുതൽ കുടിക്കാൻ അനുവദിക്കാതെ.

കനിവിന്റെ ആർദ്രതയോടെ അയാൾ പറഞ്ഞു.

‘‘ഉറങ്ങൂ, ഞാനുണ്ട് കൂടെ.’’

അയാളുടെ മനസ്സ് ശബ്ദമില്ലാതെ ഇങ്ങനെ മന്ത്രിച്ചു.

‘‘ഈ ഹിജഡയുടെ പ്രേമത്തോളം നിന്നെ സംരക്ഷിക്കാൻ ഒരു രാജകുമാരനും ആവില്ല കുട്ടീ. ഉറങ്ങൂ, ശാന്തയായി ഉറങ്ങൂ. സലീമിന്റെ അനാർക്കലി മരിച്ചുപോയിരിക്കുന്നു. നീ ഇനി നാദിറ മാത്രം.’’

■

www.ingramcontent.com/pod-product-compliance
Lightning Source LLC
LaVergne TN
LVHW060147051026
849517LV00007B/2580
* 9 7 8 9 3 9 1 0 7 2 7 6 6 *